TÂM DIỆU

ĂN CHAY

QUA LĂNG KÍNH PHẬT GIÁO

ANANDA VIET FOUNDATION

ISBN: 979-8-3482-7747-5

Nguyện cho tất cả các loài sinh vật trên trái đất đều được sống an lành, thảnh thơi và hạnh phúc. Nguyện cho đừng loài nào sát hại loài nào, đừng ai coi nhẹ tính mạng của ai, đừng ai vì giận hờn hoặc ác tâm mà mong cho ai bị đau khổ và khốn đốn.

MỤC LỤC

Thuyết ăn chay, một việc làm tự nhiên và hợp lý của giới luật về phạm hạnh chống lại việc tước đoạt sự sống, là một chế độ ăn uống mà không có thịt động vật. Trong thuật ngữ hiện đại, chúng ta có thể sử dụng từ "thuần chay" để mô tả cách ăn uống nghiêm ngặt của Phật giáo Bắc Tông (Đại Thừa). Thuật ngữ "thuần chay" (vegan) đề cập đến những người không ăn bất kỳ một loại thịt động vật nào, cũng như những sản phẩm từ động vật hoặc có nguồn gốc từ động vật bao gồm sữa, pho mát, mật ong hoặc sử dụng lông thú, thuộc da, da v.v... Đức Phật khuyên dạy bậc Bồ Tát thanh tịnh cần tuân thủ điều này:

"Những vị Tỳ khưu nào không dùng các thứ tơ bông, hàng lụa Đông-phương, cùng dùng các ủng da, giày dép da, áo da, áo lông thú, sữa, pho-mát, sữa đặc tinh của miền đó, thì những vị Tỳ-khưu ấy thật sự được giải thoát ở đời; trả xong nợ trước, họ sẽ không trở lại Tam-giới nữa."

Thuật ngữ ahimsa - không gây hại chúng sanh - trong Đạo Phật, hiện được những người ăn thuần chay hoan hỷ chấp nhận. Không gây hại chúng sanh là nói đến lòng Từ Bi, cư xử không thô bạo với động vật và tất cả chúng sanh hữu tình. Việc thực hành 'không gây hại chúng sanh' không những giữ gìn người Phật tử đi đúng đường, mà còn khiến cho cuộc sống tốt đẹp hơn và sức khỏe tốt hơn.

LỜI MỞ ĐẦU

Đức Phật thành lập Tăng đoàn Phật giáo đầu tiên vào thế kỷ thứ năm trước Công nguyên. Vùng đất ngày nay được gọi là Ấn Độ, có tín ngưỡng và tôn giáo đa dạng, với nhiều thói quen ăn uống khác nhau. Mặc dù Phật giáo nhấn mạnh nguyên tắc *không sát sinh - không gây hại chúng sanh* - nhưng Đức Phật không cấm các đệ tử của Ngài ăn thịt, vì Đức Phật và tăng đoàn của Ngài hàng ngày nhận thức ăn bằng cách đi khất thực từng nhà qua các làng mạc, thôn xóm vào mỗi buổi sáng. Ngài và Tăng đoàn phải ăn bất cứ thứ gì người ta cúng dường. Ngoại trừ thịt của mười loài sinh vật, bao gồm voi, ngựa, rồng, chó và con người, việc tiêu thụ "ba loại tịnh thịt" (*tam tịnh nhục*) thực sự được cho phép. Sau này đề cập đến cá và động vật không được nhìn thấy hoặc nghe thấy khi bị giết, hoặc bị nghi ngờ là bị giết có chủ đích để ăn.

Theo các tài liệu văn khắc trên bia đá, một đạo luật vào thời vua Ashoka (*giữa thế kỷ thứ ba trước Công nguyên*) đã cấm công dân của mình giết mổ động vật trong những khoảng thời gian cụ thể và ở một số địa điểm nhất định. Ngay cả với chính sách không sát sinh, không gây hại chúng sanh chính phủ cũng không bắt buộc mọi người phải ăn chay. Tuy nhiên, ý tưởng ăn chay tránh sát sinh đã được đánh giá cao trong xã hội Ấn Độ thời bấy giờ.

Trong những năm đầu tiên sau khi Phật giáo du nhập vào Trung Hoa, mặc dù các hoàng đế và người dân đều sùng kính Tam Bảo, cúng dường chư Tăng thực phẩm hàng ngày, nhưng họ chủ yếu cúng dường ba loại tịnh thịt (*tam tịnh nhục*). Không tu sĩ nào bị cấm ăn cá và thịt theo luật pháp hoặc giới luật Phật giáo, cho đến khi vua Lương Vũ Đế ban hành luật yêu cầu tu sĩ phải ăn chay. Lương Vũ Đế (464 – 549), vị hoàng đế khai quốc của triều Lương thời Nam-Bắc triều trong lịch sử Trung Hoa vừa là một Phật tử sùng đạo vừa là một người ăn chay trường. Để biến đức tin thành hành động, Ngài đã viết một bài có tựa đề "Không ăn thịt và uống rượu" dựa trên Kinh Đại Bát Niết Bàn và Kinh Lăng Già, cho rằng người xuất gia không được ăn thịt và nên ăn chay. Dưới sự cai trị nghiêm ngặt và những nỗ lực thúc đẩy tích cực của Lương Vũ Đế, việc ăn chay sau này đã trở thành một phần của đời sống tu sĩ Phật giáo Trung Hoa.

Thông qua văn hóa Phật giáo, việc ăn chay vẫn tiếp tục cho đến ngày nay và trở nên phổ biến trong xã hội, như một phần trong cuộc sống hàng ngày của nhiều người. Ăn chay có thể là một lựa chọn thích hợp, vì nó có liên quan đến sự sống của các loài khác bên cạnh sự thịnh vượng của toàn bộ hệ sinh thái trái đất.

Đối với Phật giáo, hiện nay có hai trường phái lớn là Phật

Giáo Nguyên Thủy hay còn gọi là Phật Giáo Nam Tông hoặc Phật giáo Nam truyền và trường phái kia là Phật giáo Bắc Truyền (Bắc Tông). Phật giáo Nam Tông được truyền bá từ Ấn Độ theo hướng quốc đảo Sri Lanka, qua các nước trong vùng Đông Nam Á, đặc biệt là Myanmar, Thái Lan, Lào, Campuchia và miền Nam Việt Nam. Còn Phật Giáo Bắc truyền được lan truyền từ Ấn Độ qua hướng Bắc Tây Tạng, Trung hoa, Triều Tiên, Nhật Bản và Việt Nam (miền Bắc và miền Trung ngày nay). Hai trường phái áp dụng hai cách ăn uống kiêng cữ khác nhau. Phật giáo Nam Tông ăn uống theo cách "tam tịnh thịt" còn Phật giáo Bắc tông ăn chay, không ăn thịt cá.

CHƯƠNG 1

QUAN ĐIỂM VỀ ĂN CHAY CỦA PHẬT GIÁO NAM TRUYỀN

Phật giáo Nam truyền Theravada hay còn gọi là Phật giáo Nam Tông, vì muốn giữ truyền thống khất thực của đức Phật, thời Phật giáo Nguyên thủy, cho nên phái này chủ trương một chế độ ăn uống theo cách **'Tam tịnh thịt'** *(tam tịnh nhục),* có nghĩa là những loại thịt nào mà mình không thấy người ta giết, không nghe tiếng kêu la của loài thú bị giết, hay không có sự hoài nghi nào con vật vì mình mà giết, những loại thịt đó Tỷ kheo được thọ dụng, không phạm giới.

Vào mỗi buổi sáng các Tăng sĩ Phật giáo vào thôn xóm khất thực, thí chủ cúng dường thứ gì ăn nấy (*gọi là đặt bát*), ngay cả thịt cá là thức ăn mặn, Tỷ kheo không được đòi hỏi hay lựa chọn. Đó là lối sống giản dị, vì đức Phật không muốn Tỷ kheo bận bịu việc ăn ở, dành mọi thời gian cho việc tu tập. Ngài cũng không vì sự sinh tồn của Tăng già mà làm phiền quá nhiều người tín thí, thí chủ chỉ lấy một phần thức ăn trong ngày của mình cúng dường cho chư Tăng là được rồi, không vì Tăng già mà phải sắm sửa riêng. Đó là lý do tại sao có hình thức khất thực này.

Ở Sri Lanka, Myanmar, Lào và Thái Lan ngày nay, nơi Phật giáo Nguyên thủy thịnh hành, phong tục truyền thống này vẫn được bảo tồn. Người xuất gia không thể kén chọn hay khó tính về thức ăn; họ chấp nhận bất cứ thứ gì được đưa ra bởi người bố thí. Họ thậm chí sẽ không từ chối cá hoặc thịt, miễn là nó không bị giết thịt vì lợi ích của họ. Đây là lý do tại sao Phật giáo Nguyên thủy **không áp dụng một chế độ ăn uống nào đặc biệt**. Nếu một người có thể tuân theo chế độ ăn kiêng thịt cá thì được khuyến khích và nhấn mạnh trong Phật giáo. Điều này là do niềm tin vào việc thực hành lòng từ bi đối với động vật, không nhất thiết vì lý do sức khỏe và kinh tế, như nhiều người ăn chay ngày nay chấp nhận. Thực tế, việc ăn thịt không chỉ làm suy yếu lòng từ bi của con người mà nó, theo khoa học ngày nay đánh giá, còn có thể không tốt cho sức khỏe. Vì vậy, một số kinh Đại thừa, chẳng hạn như Kinh Phạm Thiên (Kinh Brahmajala), kinh Lăng Già và Kinh Lăng Nghiêm, Đức Phật cấm ăn thịt và nhấn mạnh tầm quan trọng của việc không ăn thịt chúng sinh.

Tưởng cũng nên biết, trong giới luật Thanh Văn áp dụng cho cả hai truyền thống Phật Giáo Bắc Truyền và Phật Giáo Nam Truyền, không có giới cấm ăn thịt cá, mặc dầu có giới cấm sát sanh, tức giới không làm tổn hại đến chúng sinh.

Phật giáo Nguyên Thủy quan niệm rằng ăn cách nào cũng được, tùy duyên mà ăn cho có đủ sức khỏe để hành trì giáo pháp, ăn chay qua loa làm cho thân thể yếu đuối xanh xao, tinh thần bạc nhược thì rất tai hại, đường tu đạo đã không được tiến hóa mà còn trở ngại cho sự tu hành. Họ cho rằng sự ăn chay không có mặt trong thời kỳ bắt đầu của Phật Giáo và chính Đức Phật cũng không phải là người ăn chay, ăn chay là một nét đặc thù của Phật Giáo Bắc Truyền (*Đại Thừa Trung Hoa*), thịnh hành từ triều đại nhà Minh, tức thời Hòa Thượng Vân Thê Châu Hoằng (1565-1615) và dĩ nhiên truyền mạnh qua Phật giáo Bắc Tông Việt Nam. Trước đó Phật Giáo Trung Hoa cũng không đặt vấn đề ăn chay mặn là việc quan trọng cho sự tu hành.

Phật giáo Nguyên Thủy (Nam Tông) cho rằng chính Đức Phật không đặt thành vấn đề ăn chay hay ăn mặn, sự giải thoát không phải do nơi ăn, mà là do nơi thanh tịnh ba nghiệp thân khẩu ý, ăn chay mà thân khẩu không lành, ý chứa gươm đao, giới luật không giữ thì đâu gọi là chay. Đức Phật cùng các đệ tử của Ngài đều ăn theo truyền thống khất thực, ai cúng dường thứ gì thì ăn thứ nấy, không chọn lựa, "ăn để mà sống, để hành đạo", chứ không phải "sống để mà ăn, để thụ hưởng".

Tất cả chư Tăng Nam Tông, tính có hàng triệu người, ở các quốc gia Phật giáo như Tích Lan, Thái Lan, Miến Điện, Cao Miên, Ai Lao và một phần Việt Nam đều tiếp tục duy trì truyền thống này. Họ cho rằng bản thân họ không tự mình sát sinh, không khích lệ người khác sát sanh, không tùy hỷ sự sát sanh và do đó không phạm giới sát sinh.

Trong Tăng Chi Bộ Kinh Đức Phật dạy hàng Tỳ Kheo, nếu hành đầy đủ ba pháp "*Tự mình từ bỏ sát sanh, khích lệ người khác từ bỏ sát sinh, tùy hỷ sự từ bỏ sát sanh sẽ được sanh lên cảnh trời, không bị rơi vào địa ngục.*

Trong kinh Tăng-Hàm, quyển 37, khi luận bàn về vấn đề sát sanh, có nói như sau:

"*Tôi muốn sống, không muốn chết, muốn được sung sướng, không muốn phải đau khổ. Nếu có kẻ nào cướp đi sự sống của tôi, tôi có vui vẻ không? Nếu tôi không vui vẻ, thì kẻ khác cũng không vui vẻ khi tôi cướp đi của họ sự sống và sự sung sướng ấy. Không những thế, phàm cái gì mình không ưa thích thì kẻ khác cũng không thích. Nếu thế thì tại sao ta lại làm cho những kẻ khác những điều mà ta không ưa thích?*" (Tiểu Thừa Phật Giáo Tư Tưởng Luận, Kimura Taiken, Hán dịch: Thích Diễn Bồi, Việt dịch: Thích Quảng Độ)

Thật ra mục đích căn bản của đạo Phật về mặt giới luật là tránh làm mọi điều ác, làm tất cả việc lành và giữ tâm được thanh tịnh. Sự giác ngộ giải thoát không phải do việc ăn chay hay ăn thịt, mà là do sự thanh tịnh của thân khẩu ý. Phàm tất cả những việc gì có hại đối với thân tâm, gia đình, xã hội, quốc gia, và nhân loại, cho đến tất cả chúng sinh hữu tình, đều bị chi phối bởi năm giới luật căn bản, mà giới cấm sát sanh là giới cấm đầu tiên của Đạo Phật.

Trong kinh điển Nguyên Thủy, Đức Phật sau khi nghe lời thỉnh cầu của Đề Bà Đạt Đa (Devadatta) xin ban hành giới cấm không cho hàng Tỳ kheo ăn thịt cá, Đức Phật không chấp thuận và Ngài dạy rằng. "*Sự ăn thịt cá có thể coi như trong sạch trong ba trường hợp (tam tịnh nhục) là người ăn không thấy, không nghe, không có lòng hoài nghi rằng con vật bị giết riêng biệt cho mình.*"

Chúng ta nên nhớ rằng, thời Đức Phật còn tại thế, hàng tỳ kheo đi khất thực, bữa ăn hàng ngày tùy thuộc vào những gì mà lòng hảo tâm của thập phương bá tánh đặt vào bình bát, các thầy lặng lẽ nhận với một **tâm không phân biệt**, ngoại trừ những thức ăn không được Đức Phật cho phép ăn như nói ở trên.

Theo luật tắc của tu viện thời Đức Phật, quý thầy Tỳ kheo không được phép đòi hỏi món này hay món khác, quý thầy nhận với tâm bình thản và không phân biệt bất luận thứ gì mà người Phật tử hoan hỷ cúng dường. Thực phẩm chỉ để nuôi mạng sống.

Ngày nay tại các quốc gia mà các thầy tỳ kheo không thể đi khất thực được, việc ăn uống tùy thuộc hoàn toàn vào các nhóm cư sĩ Phật tử hoan hỷ hỗ trợ các thầy. Các chùa thường lập ban hộ tự để lo việc hậu cần cho chùa, cho quý thầy. Quý Phật tử tự ý đi chợ mua sắm rồi nấu nướng dâng đến các thầy thọ trai. Việc ăn chay hay ăn mặn tùy thuộc vào sự hiểu biết về đạo pháp của họ.

Trên đây là tóm lược quan điểm của Phật Giáo Nam Tông Nguyên Thủy về vấn đề ăn uống. Họ có những lý do tin là việc ăn chay hay không ăn chay không phải là điều quan trọng trong việc hành trì Phật Pháp. Họ tin rằng việc dính mắc hay không dính mắc trong tâm tưởng mới là điều quan yếu, khi tâm quá dính mắc vào các ý niệm thiện ác hay ăn chay mặn là mang vào mình sự bất an vì e sợ không biết hành động của mình có sai, có tạo nên ác nghiệp không? Chẳng hạn khi quét nhà lo sợ kiến chết hay khi đi lo sợ dẫm lên làm chết côn trùng hay làm hại cây cỏ. Họ cũng thường trích dẫn bài kinh Amagandha mà Đức Phật giảng cho Jivaka nghe rằng "*phẩm hạnh xấu xa của người làm tội bằng nhiều cách khác nhau, còn tệ hại hơn là ăn thịt cá nhiều.*"

Họ nghĩ rằng những điều làm cho con người bất tịnh chẳng

phải là ở nơi ăn thịt cá, mà là ở nơi lòng oán hận, mê tín, gian xảo, tật đố kiêu căng, và xu hướng theo đường bất chánh.

Nói tóm lại, Phật giáo Nguyên Thủy tin tưởng rằng, không có một giới luật khắt khe nào trong Phật giáo nói là tín đồ của Đức Phật không được ăn thịt cá và bắt tất cả người Phật tử phải ăn chay. Họ cũng tin rằng, Đức Phật chỉ khuyên là không nên làm tổn hại đến chúng sinh, không nên liên quan vào việc sát sanh có dụng ý hoặc không nên yêu cầu người khác giết bất cứ chúng sanh nào cho mình ăn.

Thế nhưng còn nhiều nghi vấn đặt ra về phương diện đạo đức như là thịt cá bày bán ở ngoài chợ có phải giết đặc biệt cho chúng ta ăn không? Có phải ăn thịt cá là một thứ "ủy nhiệm sát sinh" không? (killing by proxy). Ngoài ra còn nhiều nghi vấn, sẽ được những người Phật Giáo khác trả lời như là làm sáng tỏ quan điểm ăn chay của họ.

CHƯƠNG 2

QUAN ĐIỂM VỀ ĂN CHAY CỦA PHẬT GIÁO BẮC TRUYỀN

Phật giáo Bắc truyền hay Phật giáo Bắc tông, hay còn gọi là Phật giáo Phát triển, là một thuật ngữ Phật học dùng để chỉ một trong ba trường phái truyền thống Phật giáo lớn trên thế giới phân loại theo địa lý. Theo đó, Phật giáo Bắc truyền dùng để chỉ truyền thống Phật giáo chủ yếu được truyền bá từ Ấn Độ qua Trung Á, phổ biến rộng rãi tại các quốc gia và vùng địa lý chịu ảnh hưởng của nền văn minh Trung Hoa, bao gồm Trung Quốc, Tây Tạng, Nepal, Mông Cổ, Hàn Quốc, Triều Tiên, Nhật Bản, Đài Loan và Việt Nam.

Thuật ngữ Phật Giáo Đại Thừa được dùng trước đây xem như là đồng nghĩa với Phật giáo Bắc truyền hay Bắc Tông nay không còn được sử dụng, ít nhất là trong sách này.

Khi bàn về chế độ đề ăn chay trong Phật giáo Bắc truyền, có lẽ phải xác định trước rằng ăn chay không phải là nét đặc thù hay là sản phẩm riêng của Phật Giáo Bắc truyền nói chung và của Phật giáo Trung Hoa nói riêng, nhất là không phải có từ thời Hòa Thượng Vân Thê Châu Hoằng, tức Liên Trì Đại sư (1535–1615) một thiền sư Trung Hoa nổi tiếng đời nhà Minh, bởi vì ăn chay đã có mặt trong thời kỳ Đức Phật còn tại thế và được phát triển mạnh mẽ vào thời đại Asoka, vị Hoàng Đế Ấn Độ trị vì từ năm 274 đến năm 232 trước Công nguyên, tức thế kỷ thứ ba trước Tây lịch.

Trong thời gian này và cho đến giữa thế kỷ thứ hai sau Tây lịch, Phật Giáo Bắc truyền vẫn chưa được thiết lập.

Trong suốt thời gian trị vì vương quốc Ấn Độ, Ashoka đã trở nên một đại quân vương Phật tử, lấy những tinh hoa của Phật giáo và những lời giảng dạy của Đức Phật làm thành chính sách trị nước của ông. Mọi nơi, Ngài ra lệnh xây các bia đá "pillars of life" ghi lại giới luật của Phật. Trên các bia này, Ngài đặc biệt nhấn mạnh đến lòng từ bi và tính cách bất khả xâm phạm của đời sống, cả con người lẫn súc vật. Ngài đã đối xử với tất cả muôn loài chúng sinh bằng lòng từ bi không phân biệt. Ngài cho xây cất không chỉ những bệnh viện để săn sóc cho người đau ốm mà còn xây bệnh viện săn sóc cho thú vật. Trong một bia đá có khắc những hàng chữ sau: "*Không nên lấy sự sống nuôi sự sống. Cho đến rơm rạ, nếu còn côn trùng trong ấy, cũng không nên đốt*".

Không những Ngài ăn chay trường mà còn cổ võ mọi người ăn chay như Ngài. Trong Chỉ dụ số 1 khắc trên đá (tức sắc lệnh bây giờ), Ngài ngăn cấm tất cả mọi hành động giết thú vật để tế lễ thần linh. Một sắc lệnh khác, Ngài ngăn cấm mọi hành động có thể làm đau đớn đến thú vật. Tất cả việc săn bắn trên bộ, trên không và dưới nước bị tuyệt đối ngăn cấm.

Về trường hợp Phật Giáo Trung Hoa, đạo Phật được truyền qua xứ này từ thế kỷ thứ nhất, lẽ dĩ nhiên việc ăn chay cũng được mang theo và thăng trầm theo sự thăng trầm của Phật Giáo.

Thuyết ăn chay, "một việc làm tự nhiên và hợp lý của giới luật về phạm hạnh chống lại việc tước đoạt sự sống" là một chế độ ăn uống mà không có thịt động vật. Trong thuật ngữ hiện đại, chúng ta có thể sử dụng từ "thuần chay" để mô tả cách ăn uống nghiêm ngặt của Phật giáo Đại Thừa. Thuật ngữ "thuần chay" đề cập đến những người không ăn bất kỳ một động vật nào, cũng như những sản phẩm từ động vật hoặc có nguồn gốc từ động vật bao gồm sữa, pho mát, mật ong hoặc sử dụng lông thú, thuộc da, da v.v… Đức Phật khuyên dạy bậc Bồ Tát thanh tịnh cần tuân thủ điều này:

"Những vị Tỳ khưu nào không mặc dùng các thứ tơ bông, hàng lụa Đông-phương, cùng dùng các ủng da, giày dép da, áo da, áo lông thú, sữa, pho-mát, sữa đặc tinh của miền đó, thì những vị Tỳ-khưu ấy thật sự được giải thoát ở đời; trả xong nợ trước, họ sẽ không trở lại Tam-giới nữa."

Thuật ngữ *ahimsa - không gây hại chúng sanh* - trong Đạo Phật hiện được chấp nhận bởi những người ăn thuần chay. *Không gây hại chúng sanh* là nói đến lòng Từ Bi, cư xử không thô bạo với động vật và tất cả chúng sanh hữu tình. Việc thực hành 'không gây hại chúng sanh' (ahimsa) không những giữ gìn người Phật tử đi đúng đường, mà còn khiến cho "cuộc sống tốt đẹp hơn và sức khỏe tốt hơn".

Trong những thời kỳ mạnh mẽ nhất phải nói tới triều đại nhà Lương (502-549 A.D.), vua Lương đã cấm tất cả các thức ăn thịt cá tại các buổi tiệc trong hoàng cung và yêu cầu dân chúng ăn chay. Ngài cũng ngăn cấm việc giết thú vật để tế lễ thần linh của Đạo giáo (Taoism) và cũng cấm không cho dùng thú vật như tắc kè, rắn, nai, hổ, cọp, v..v.. ngâm rượu làm thuốc.

Đến triều đại nhà Đường việc ăn chay còn mạnh hơn nữa, chỉ riêng thủ đô Tràng An, kinh đô của Trung Hoa thời bấy giờ có khoảng hai triệu dân mà có ít nhất là phân nửa dân số ăn chay.

Từ sau triều đại nhà Đường, Phật giáo suy thoái và việc ăn chay cũng ảnh hưởng theo mãi cho đến triều đại nhà Minh, Phật giáo Trung Hoa mới được phục hưng lại và Hòa Thượng Vân Thê Châu Hoằng (1565-1615) là người cổ võ mạnh mẽ nhất, không những cho việc ăn chay mà còn phóng sinh nữa.

Như vậy rõ ràng một chế độ ăn uống không thịt đã có từ thời kỳ ban đầu của đạo Phật và không phải là nét đặc thù hay là sản phẩm riêng của Phật Giáo Bắc truyền (*Phật giáo Đại Thừa*), nhất là Phật Giáo Trung Hoa.

Thật ra ăn chay là một phần của việc thực hành giáo pháp, thực hành giới luật cấm sát sinh và thực hành hạnh từ bi, một trong những tinh lý thiết yếu và quan trọng của cả hai trường phái Bắc Truyền và Nam Truyền. Có thể nói, đây là điểm gặp gỡ chung của cả hai trường phái. Đối với những người ăn chay, dù theo bất cứ trường phái tu tập nào, ăn chay là một phương thức tu tập hằng ngày, gieo trồng hạt giống từ bi và phát triển tâm từ bi đến với muôn loài chúng sinh từ gần đến xa, từ lớn đến nhỏ. Một số người Phật giáo quá khiêm nhường khi cho rằng họ "ăn chay cũng giống như bò ăn cỏ, ăn chay chẳng phải là tu". Họ nói vậy thôi, thực sự với người Phật giáo, thức ăn chay, mặc dù chỉ là rau, đậu, quả, củ (*xét về phương diện vật chất*), nhưng chính là thực phẩm (*xét về phương diện tinh thần*) nhắc nhở hằng ngày nuôi dưỡng tâm Từ bi và tâm Từ bi lại chính là mảnh đất mầu mỡ giúp cho Trí tuệ nẩy mầm và phát triển.

Mỗi sáng sớm tại các tu viện Phật Giáo Nam Truyền và một số tu viện Phật Giáo Bắc Truyền đều có đọc tụng Kinh Từ Bi, một bài kinh ngắn thuộc kinh hệ Pali và sau đó, có nơi lấy nội dung bài kinh làm đề mục tham thiền.

Có đôi chút mâu thuẫn giữa việc tụng kinh và quán chiếu kinh Từ Bi và việc ăn thịt chúng sinh dù là tam tịnh thịt!

Có những quan điểm khác nhau giải thích sự kiện mâu thuẫn kể trên. Ngài Philip Kapleau, một Thiền Sư nổi tiếng người Hoa Kỳ đã trình bầy trong quyển sách Cherish All Life rằng Ngài tin tưởng Đức Phật không thể nào cho phép hàng tăng lữ ăn thịt. Thiền Sư cho rằng sở dĩ có việc cho phép ăn thịt trong kinh hệ Pali là kết quả của việc hiệu chỉnh kinh tạng trong các thời kỳ kết tập kinh điển do những vị sư hay do những hệ phái bảo vệ quan điểm của hệ phái mình hay cho chính cá nhân mình.

Tuy nhiên, các học giả Phật Giáo không tìm thấy kinh **Jivaka Sutta**, Majjhima Nikaya 55, bản tiếng Hoa trong tạng kinh Madhyama Agama, Majjhima Nikaya của Phật Giáo Trung Hoa và tỏ ý nghi ngờ Phật Giáo Trung Hoa đã cố ý bỏ sót kinh này. Điều này cũng được Hòa Thượng Thích Minh Châu nói đến trong quyển *The Chinese Madhyma Agama And Pali Majjhima Nikaya: A Comparative Study*.

Cũng cần mở ngoặc nơi đây, do văn hóa và phong tục tập quán, người Trung Hoa không mấy mặn mà với tư tưởng kinh điển Thượng tọa bộ (*Phật giáo Nam Truyền*). Họ ưa thích tư tưởng Đại chúng bộ tức Phật giáo Bắc truyền hơn vì tư tưởng này có những điểm tương đồng với tư tưởng Lão Trang, nên có thể các nhà dịch kinh đã không chuyển ngữ bản kinh Pali 'kinh Jivaka' qua chữ Hán.

Một điều khác, các tu viện đã phát triển đất đai để các tu sĩ trồng trọt lương thực cho họ, ít nhiều đảm bảo sự chay tịnh tự nhiên mà không phải lúc nào cũng có thể có được từ việc khất thực hóa duyên. Điều này khiến cho tu sĩ có thể tuân thủ theo cách chay tịnh nghiêm ngặt. Đây là mục tiêu của Phật G iáo Bắc truyền nhằm giúp tất cả chúng sanh đạt được Giác Ngộ. Vì thế, nhờ có các truyền thống của Phật Giáo Bắc truyền mới nên các cách ăn chay nghiêm ngặt hơn xuất hiện, và cuối cùng trở thành văn hóa của những Phật tử tại gia hiện đại. Kinh Phạm Võng có viết:

Một người Phật tử không được ăn thịt bất kỳ chúng sanh hữu tình nào. Nếu ăn thịt chúng, là người ấy đã cắt đứt lòng Đại Bi, cũng như hạt giống Bồ Đề trong mình.

Vì thế, chúng ta thấy rằng việc ăn chay được tuân theo trong cả hai truyền thống chính Phật giáo (Nam Truyền và Bắc Truyền), tuy rằng có đôi chút khác biệt trong việc thực hiện điều này.

***

Tưởng cũng nên biết qua về những lời của Đức Phật được ghi chép vào kinh tạng.

Sau khi thiết lập tăng đoàn (sangha), Đức Phật có ban hành những giới luật (vinaya) để sự sinh hoạt của tăng đoàn có tổ chức quy củ. Phần còn lại của những lời Ngài dạy qua hình thức pháp thoại và vấn đáp được gọi là pháp hay kinh (dharma, dhamma).

Ba tháng sau khi Đức Phật nhập diệt, các đại đệ tử của Ngài, gồm năm trăm vị A-la-hán, nhóm họp tại thành Vương Xá (Ràjagaha) để trùng tuyên lại những lời dạy của Ngài. Trong kỳ kết tập kinh điển lần thứ nhất này không có một giới luật nào được đưa thêm vào và không có một giới luật nào Đức Phật đặt ra cần sửa đổi. Cũng tại kỳ kết tập này, kinh điển được phân chia ra thành hai phần riêng biệt là Luật của Giáo hội (vinaya) và Pháp thoại của đức Phật (sutta), và mỗi phần được giao cho một vị trưởng lão cùng các môn đồ ghi nhớ. Kinh luật như vậy được truyền miệng từ thầy đến trò.

Một trăm năm sau, vào năm 383 trước Công nguyên, kỳ kết tập thứ nhì được tổ chức tại Phệ Xá Li (Vesali), gồm bẩy trăm vị Thượng tọa, để kiết tập lại kinh điển và thảo luận về vấn đề "Thập Sự Phi Pháp" hay là mười điểm canh tân giới luật. Một số thầy tỳ kheo không đồng ý thay đổi, một số khác cho rằng thay đổi những giới luật nhỏ là cần thiết. Cuối cùng một nhóm đã rời khỏi hội nghị ra thành lập Đại Chúng Bộ (Mahasanghika).

Từ đây giáo đoàn đạo Phật chia thành hai bộ phái là Thượng Tọa Bộ (Theravàda) và Đại Chúng Bộ. Trên đại thể, Thượng Tọa Bộ là phái tuân thủ truyền thống, có khuynh hướng bảo thủ, còn Đại Chúng Bộ là phái đổi mới, có khuynh hướng cấp tiến.

Mãi tới thế kỷ thứ 3 trước Công nguyên tức vào thời A Dục Vương (Ashoka), kỳ kết tập thứ ba mới được triệu tập để thảo luận về những quan điểm khác biệt của những vị tỳ kheo thuộc các bộ phái khác nhau. Vào cuối kỳ hội nghị, ngài Moggaliputta Tissa chủ tọa hội nghị đã đúc kết cuốn Katha vatthu bác bỏ những lý thuyết và quan điểm sai lầm hoặc không đúng của một vài bộ phái. Kỳ này tam tạng kinh điển được chính thức viết bằng tiếng Pali dựa theo ngôn ngữ Magadhi mà Đức Phật nói.

Đại Chúng Bộ đã phát triển vào khoảng đầu Công nguyên, và chuyển mình thành tông phái Đại Chúng và phát triển mạnh trong thế kỷ thứ hai, thời đại vua Kaniska.

Như vậy, sau một trăm năm Phật Niết bàn, giáo đoàn nguyên thủy chia thành hai bộ Thượng Tọa và Đại Chúng; đến khoảng hai trăm năm sau Phật Niết bàn thì từ trong Đại Chúng Bộ lại chia thành tám phái; rồi đến khoảng từ ba trăm đến bốn trăm năm sau Phật Niết bàn, từ trong Thượng Tọa Bộ lại phát sinh ra mười phái, tổng cộng có 18 phái, và hợp cả hai bộ chính lại thành 20 bộ phái.

Như thế, sau khi Đức Phật nhập diệt, ba hội đồng kết tập kinh điển đã được tổ chức trong vòng nhiều trăm năm để thiết lập tạng kinh. Nhà nghiên cứu Phật học Edward Conze trong quyển sách Ba Mươi Năm Nghiên Cứu Phật giáo đã lưu ý chúng ta rằng Đức Phật không nói bằng tiếng Pali mà bằng ngôn ngữ Magadhi và ông nói rằng, giống như Jesus, có thể đã thất lạc hết tư liệu nguyên thủy. Trong kỳ hội nghị kết tập kinh điển lần thứ ba có ít nhất mười tám hệ phái khác nhau và mỗi hệ phái đều có riêng tư liệu và đều cho rằng hệ phái mình có thẩm quyền.

Trở lại những điều khoản mà Đức Phật cho phép ăn ba thứ thịt, các học giả Phật giáo cho biết họ không tìm thấy trong bộ kinh cổ nhất The Mahasanghika Vinaya [7] mà chỉ tìm thấy trong kinh Jivaka Sutta, Majjhima Nikaya 55. Đây cũng là một nghi vấn của nhiều nhà nghiên cứu Phật giáo.

CHƯƠNG 3

VẤN ĐỀ ĂN CHAY ĐƯỢC GHI CHÉP TRONG KINH ĐIỂN PHẬT GIÁO BẮC TRUYỀN

Bây giờ chúng ta hãy đọc kinh điển hệ Sanskrit tức kinh điển Bắc truyền xem Đức Phật nói như thế nào về việc Ngài cho phép hay không cho phép ăn thịt động vật.

Phải nói ngay rằng trong tất cả kinh điển hệ Sanskrit, không có một kinh nào Đức Phật cho phép ăn thịt. Không những vậy Đức Phật còn nói rõ việc ngăn cấm ăn thịt. Điều này cũng dễ hiểu, bởi vì chính từ kinh điển Bắc truyền này, Đức Phật công bố rõ ràng rằng tất cả chúng sinh đều bình đẳng, vì đều có Phật tánh (tức là tính giác) và đều sẽ giác ngộ trong tương lai: "*Ta là Phật đã thành, và chúng sinh là Phật sẽ thành.*"

Có ít nhất là 2 bộ kinh đức Phật nói về việc Ngài đã ngăn cấm các đệ tử của Ngài không được ăn thịt. Đó là Kinh Lăng Già và kinh Thủ Lăng Nghiêm. Chúng ta hãy xem một đoạn nói về sự ăn thịt trong **Kinh Lăng Già** (Lankavatara): Ngài bảo: "*Có thể có một số tín đồ của Ta còn u tối sau khi ta nhập diệt, không biết được lời dạy và sự dạy của Ta và có thể kết luận sai lầm rằng Ta cho phép họ ăn thịt và rằng chính Ta cũng ăn thịt. Điều này hẳn là sai lầm. Vì làm sao mà những người đang trú trong một cái tâm từ bi, tu tập khổ hạnh và cố gắng theo con đường Đại Thừa lại có thể bảo những người khác ăn thịt thú vật? Quả thực, Ta đã từng đưa ra những luật tắc về sự ăn chứ không về sự ăn thịt, mười điều phải tránh và ba điều được chấp nhận. Nhưng trong Lăng Già này cũng như trong các kinh Tượng Nhiếp (Hastikashiya), Bảo Vân, Niết Bàn (Nirvàna) và Chỉ Man (Angulimàlika), ăn thịt là tuyệt đối bị cấm. Không phải chỉ trong quá khứ mà cả trong tương lai và hiện tại, tất cả các tín đồ của Ta phải kiêng thịt thú vật dù thịt ấy đã được làm bằng bất cứ cách nào. Nếu có ai tố cáo rằng chính Ta đã ăn thịt và cho phép những kẻ khác ăn thịt thì kẻ ấy chắc chắn phải bị sinh vào cõi khổ. Những người thánh thiện từ chối mà không ăn cả đến thức ăn của người bình thường huống chi là ăn thịt! Thức ăn của chư vị ấy là thức ăn chân lý (Dharmàhàra - Pháp thực); Pháp thân của Như Lai được phù trợ bằng thức ăn ấy.*"

Sau đây là những lý do không ăn thịt được Đức Phật nói ra trong kinh này:

"*Tất cả chúng sinh từ xưa đến nay, lần lượt theo nhân duyên làm lục thân quyến thuộc với nhau, suy nghĩ thịt này là người thân kiếp trước của mình, do đó không nên ăn thịt.*

Thịt lừa, la, lạc đà, chồn, chó, trâu, ngựa, người, thú v.v.. vì nhiều hàng thịt bán lẫn lộn, do đó không nên ăn thịt.

Như thợ săn, đồ tể, cầm thú ngửi mùi họ liền sanh kinh sợ, chó thấy oán ghét sủa vang, do đó không nên ăn thịt.

Vì khiến người tu hành chẳng sanh khởi từ tâm, do đó không nên ăn thịt. Phàm phu ham thích hôi thúi bất tịnh, có tiếng tăm xấu xa, do đó không nên ăn thịt. Vì khiến người trì chú chẳng thành tựu, do đó không nên ăn thịt.

Vì người sát sanh thấy hình súc sinh khởi thức phân biệt, ham đắm mùi vị, do đó không nên ăn thịt. Kẻ ăn thịt bị chư Thiên chê bỏ, do đó không nên ăn thịt. Vì khiến miệng hôi hám, do đó không nên ăn thịt. Vì khiến người có nhiều ác mộng, do đó không nên ăn thịt.

Vì đến chỗ rừng hoang vắng lặng, cọp sói ngửi được mùi hương gây sự nguy hiểm, do đó không nên ăn thịt. Vì làm cho ăn uống thất thường, do đó không nên ăn thịt. Vì khiến người tu hành chẳng sanh chán lìa, do đó không nên ăn thịt. Ta thường nói rằng: Khi muốn ăn uống, nên nghĩ đây là thịt của con mình hoặc nghĩ là thuốc độc, do đó không nên ăn thịt. Cho Phật tử ăn thịt là không có chỗ đúng.

Lại nữa, Đại Huệ ! Xưa kia có vua tên Sư Tử Đô Đà Ta, ăn đủ thứ thịt, dần dần cho đến ăn thịt người, dân chúng chịu không nổi, tụ tập mưu phản, vua liền bị lật đổ, người ăn thịt có lỗi như thế, do đó không nên ăn thịt.

Lại nữa, Đại Huệ: Những người sát sanh vì ham tài lợi mà sát sanh buôn bán cá thịt, bọn ngu si ăn thịt chúng sanh; dùng tiền làm lưới mà bắt lấy các thứ thịt. Người sát sanh ăn thịt, hoặc dùng tài vật, hoặc dùng câu lưới bắt lấy những chúng sanh bay trên trời, lội dưới nước và đi trên bờ, đủ thứ giết hại, mua bán cầu lợi, gieo nhân chịu quả, sẽ thọ ác báo. Đại Huệ ! Ta dạy Phật tử nên dùng Pháp thực, không dạy ăn thịt, cho đến không mong cầu, không nghĩ tưởng đến những cá thịt, do nghĩa này không nên ăn thịt.

Đại Huệ ! Ta có khi phương tiện nói Giả Pháp, cho ăn năm thứ tịnh nhục hoặc là mười thứ, nay ở Kinh này xoá bỏ tất cả phương tiện, bất cứ lúc nào, chủng loại nào, phàm thuộc loài thịt chúng sanh, thảy đều đoạn dứt. Đại Huệ ! Như Lai Ứng Cúng Chánh Đẳng Chánh Giác còn chẳng ăn phi thời và tạp thực, huống là ăn thịt cá ư ? Tự không ăn cũng chẳng bảo người khác ăn. Dùng tâm Đại Bi dẫn đầu, xem tất cả chúng sanh như con một của mình, do đó chẳng ăn thịt con".

Theo như trên, hẳn là Đức Phật đã dùng **pháp phương tiện** cho phép tín đồ Phật giáo ăn thịt nếu như họ không thấy không nghe con vật bị giết và không bị đặc biệt giết để cho họ ăn. Trong kinh này Phật đã xác nhận điều đó và hủy bỏ mọi pháp phương tiện đã ban hành từ trước.

Cũng trong **kinh Lăng Nghiêm**, Phật lại một lần nữa nói lên việc ngăn cấm ăn thịt. Chúng ta hãy nghe lời Ngài:

"Người tu chánh định, cốt để ra khỏi trần lao, nếu tâm sát hại chẳng trừ, thì chẳng thể ra khỏi, dẫu có nhiều trí thiền định hiện tiền, mà chẳng dứt sát hại, ắt phải lạc vào đạo quỷ thần. Hạng trên thành tựu đại lực quỷ, hạng giữa thành phi hành dạ xoa và các loại quỷ soái, hạng dưới thành địa hành la sát. Các loài quỷ thần kia cũng có đồ chúng, mỗi mỗi đều xưng đã thành đạo vô thượng, sau khi ta diệt

độ, trong đời mạt pháp, loại quỷ thần này sôi nổi trên thế gian, tự nói ăn thịt cũng được đạo Bồ Đề....

".....Các ngươi nên biết, những người ăn thịt, dù được khai ngộ tựa như Tam Ma Địa, nhưng đều là giống La Sát, khi hết phước báu, ắt phải chìm đắm trong biển khổ, chẳng phải đệ tử Phật. Những người như thế, giết nhau nuốt nhau, ăn nhau không thôi, làm sao ra được khỏi luân hồi.

"Ngươi dạy người đời tu Tam Ma Địa, phải dứt trừ sát sanh, ấy là lời dạy rõ ràng trong sạch, gọi là nghĩa quyết định thứ hai của chư Phật !

"A Nan ! Nếu chẳng dứt sát hại mà tu thiền định, cũng như có người tự bịt lỗ tai, lớn tiếng kêu to mà mong người khác chẳng nghe, bọn này gọi là muốn giấu mà càng lộ. Hàng Tỳ Kheo trong sạch và chư Bồ Tát, đi trong đường tẻ còn chẳng dẫm lên cỏ, huống là nhổ cỏ. Làm sao người có lòng đại bi lại ăn thịt chúng sanh ?

"Nếu Tỳ Kheo chẳng mặc tơ lụa, chẳng mang dày dép da cừu, chẳng ăn những tô lạc đề hồ.. thuộc bộ phận thân thể của chúng sanh, thì Tỳ Kheo nầy nơi thế gian gọi là chơn giải thoát, khi nợ xưa trả sạch thì chẳng sanh vào ba cõi. Tại sao ? Vì những bộ phận thân thể của chúng sanh để ăn mặc, thì phải trả nợ chúng sanh. Như người ăn lúa thóc từ đất mọc thì chân chẳng lìa đất. Cũng vậy, người mà đối với thân thể của chúng sinh đều chẳng ăn chẳng mặc, ta nói người này là chơn giải thoát."

Trước khi Phật Niết Bàn, Ngài cũng nói: "*Này Ca Diếp ! Bắt đầu từ ngày nay trở đi, Như Lai không cho phép hàng Thanh Văn đệ tử ăn thịt, nếu đàn việt đem đến dưng thí, phải xem thịt ấy như thịt con mình. Như Lai cấm các đệ tử không được ăn tất cả các thứ thịt*".

Kinh Đại Bát Niết Bàn được xem là một trong những kinh điển quan trọng nhất của Phật giáo. Trong kinh này, Đức Phật đã nói về sự vô thường của cuộc sống và khuyên các đệ tử nên từ bỏ các ham muốn vật chất, bao gồm cả việc ăn thịt.

CHƯƠNG 4

QUAN ĐIỂM CHUNG CỦA PHẬT GIÁO VỀ VIỆC ĂN THỊT

Phật giáo khuyến khích việc ăn chay và từ bi đối với tất cả chúng sinh. Đức Phật đã dạy về tính chất vô thường và khổ đau của cuộc sống, cũng như sự liên kết giữa tất cả chúng sinh. Do đó, việc ăn thịt thường được xem là đi ngược lại với tinh thần từ bi và lòng trắc ẩn của Phật giáo.

Mặc dù không có một kinh điển hệ Pali nào nói rõ ràng rằng Đức Phật hoàn toàn cấm các đệ tử ăn thịt, nhưng từ **những lời dạy** của Ngài trong tất cả các kinh (cả hai hệ Pali và Sanskrit), chúng ta có thể thấy rằng Đức Phật rất khuyến khích việc không ăn thịt và từ bi đối với tất cả chúng sinh. Việc ăn thịt thường được xem là đi ngược lại với tinh thần từ bi và Phật tánh bình đẳng của Phật giáo.

Tuy nhiên, cần lưu ý:

Sự khác biệt giữa các tông phái: Quan điểm về việc ăn chay trong Phật giáo có thể khác nhau giữa các tông phái. Một số tông phái có thể có những quy định khác nhau về việc ăn uống.

Không có quy định cứng nhắc: Kinh A-hàm không đưa ra một quy định cứng nhắc về việc phải ăn chay hoàn toàn. Tuy nhiên, kinh điển này thường xuyên nhấn mạnh đến việc từ bi đối với tất cả chúng sinh, bao gồm cả động vật.

Khuyến khích giảm thiểu việc sát sinh: Đức Phật khuyến khích các đệ tử nên giảm thiểu việc sát sinh đến mức tối đa. Việc ăn chay được coi là một cách để thực hành giới luật này.

Tùy thuộc vào từng hoàn cảnh: Việc ăn chay hay ăn mặn cũng phụ thuộc vào từng hoàn cảnh, vùng miền, môi trường sinh sống và điều kiện cụ thể của mỗi người. Đức Phật không áp đặt một quy tắc chung cho tất cả mọi người.

Các ví dụ cụ thể trong kinh A-hàm:

Giới luật về thức ăn: Trong kinh A-hàm, Đức Phật đã đưa ra nhiều giới luật về thức ăn, chẳng hạn như không được ăn thịt người, không được ăn thịt động vật bị giết vì mình, không được ăn thịt động vật bị bắt trộm... Những giới luật này đều nhằm mục đích giảm thiểu việc sát sinh.

Khuyên dạy về lòng từ bi: Đức Phật thường xuyên nhắc nhở các đệ tử về lòng từ bi đối với tất cả chúng sinh. Ngài dạy rằng mọi chúng sinh đều có quyền được sống và không ai có quyền tước đoạt mạng sống của người khác.

Mặc dù kinh A-hàm không có một quy định cứng nhắc về việc ăn chay, nhưng kinh điển này đã đặt nền tảng cho việc thực hành ăn chay trong Phật giáo. Việc ăn chay được xem là một cách để thể hiện lòng từ bi, giảm thiểu khổ đau và hướng tới sự giác ngộ.

Trong giáo lý Phật giáo, vấn đề ăn chay không phải là một quy định tuyệt đối, mà thường được xem xét dựa trên tinh thần của các giới luật và lời khuyên của Đức Phật. Kinh điển Phật giáo không có một câu kinh nào cụ thể trực tiếp yêu cầu ăn chay như một điều kiện bắt buộc cho tất cả các Phật tử, nhưng Đức Phật đã có nhiều lời dạy liên quan đến việc ăn uống và sự phát triển tâm linh

Một trong những nguyên tắc quan trọng trong Phật giáo là "không gây tổn hại đến chúng sinh" (ahimsa), và nhiều Phật tử chọn ăn chay như một cách thể hiện lòng từ bi, phát triển tâm từ và giảm bớt sự đau khổ cho các sinh vật khác. Trong các bài kinh, Đức Phật thường khuyến khích việc duy trì lối sống có đạo đức và từ bi, và ăn chay là một phương tiện để thực hành những giá trị này.

Ví dụ, trong Kinh Đại Bát Niết Bàn (Mahāparinibbāṇa Sutta) hệ Pali, Đức Phật không trực tiếp nói rằng các Tỳ-kheo phải ăn chay, nhưng Ngài khuyên các tăng ni nên tránh sát sinh và khuyến khích việc tu hành trong sự an lạc, không bị ràng buộc bởi những yếu tố thế tục.

Hơn nữa, các trường phái Phật giáo khác nhau có các quan điểm khác nhau về việc ăn chay. Ví dụ, Phật giáo Bắc Truyền thường khuyến khích ăn chay hơn so với Phật giáo Nam Truyền, nơi mà việc ăn thịt đôi khi được chấp nhận nếu thịt không được giết vì mục đích của người ăn.

Tóm lại, trong giáo lý Phật giáo, việc ăn chay thường được

xem như một phương tiện tốt để thực hành hạnh từ bi và giảm bớt sự đau khổ của chúng sinh, nhưng không phải là một yêu cầu bắt buộc cho tất cả Phật tử.

Trong Kinh Đại Bát Niết Bàn, đức Phật không cấm hoàn toàn việc ăn thịt đối với các đệ tử của Ngài. Tuy nhiên, Kinh này có nhấn mạnh rằng các đệ tử của Phật không nên ăn thịt nếu họ biết rõ rằng con vật bị giết để làm thực phẩm cho mình. Điều này có nghĩa là nếu việc giết con vật đó là để cung cấp thịt cho đệ tử, thì việc ăn thịt đó sẽ không phù hợp với đạo đức của người tu hành.

Kinh Đại Bát Niết Bàn chủ yếu tập trung vào việc nhấn mạnh sự tôn trọng sự sống và khuyên các đệ tử nên tránh việc ăn thịt để không khuyến khích việc giết hại chúng sinh. Tuy nhiên, không phải tất cả các trường hợp ăn thịt đều bị cấm, đặc biệt là khi người tu hành không biết rõ về nguồn gốc của thịt mà họ ăn.

CHƯƠNG 5

KHÔNG GIẾT HẠI
GIỚI LUẬT ĐẦU TIÊN CỦA PHẬT GIÁO

Đạo đức Phật giáo được tóm tắt trong Năm Giới, năm quy tắc xác định hành vi đạo đức cho người tại gia. Điều đầu tiên trong số này, Không giết hại, đã được các đạo sư Phật giáo hiểu một cách phổ biến là áp dụng nguyên tắc ahimsa—bất bạo động—cho tất cả chúng sinh, không chỉ cho con người. Trong cuốn sách Giới thiệu về Phật giáo, tác giả và học giả Peter Harvey của Đại học Sunderland xác nhận rằng: "*Giới luật đầu tiên, được coi là quan trọng nhất, là quyết tâm không giết hại hoặc làm bị thương bất kỳ con người, động vật, chim, cá hoặc côn trùng.*"

Khi áp dụng nguyên tắc này vào thực hành, Đức Phật cấm các tín đồ của Ngài tham gia vào một số nghề nghiệp vốn dĩ trái đạo đức. Trong số này có săn bắn, đánh cá, và chăn nuôi gia súc.

Điểm thứ hai trong đoạn trích từ Kinh Pháp Cú xác nhận trường hợp Phật giáo phản đối việc ăn thịt được diễn đạt bằng cụm từ "giết hoặc bảo giết". Việc chúng ta có sử dụng vũ khí hay không không thành vấn đề; nếu chúng ta xúi giục giết người, chúng ta cũng có tội như kẻ hành quyết thực sự vì nếu không có sự chủ động của chúng ta thì sẽ không có mạng sống nào bị lấy đi. Đây là một nguyên tắc mà tất cả chúng ta đều quen thuộc trong luật thế tục. Những người thuê kẻ giết người theo hợp đồng sẽ bị truy tố giống như thể họ đã tự mình bóp cò.

Chúng ta biết rằng để có thịt trong tủ đông ở siêu thị hoặc trên đĩa của chúng ta ở nhà hàng, một con vật phải bị giết lấy thịt. Vì vậy, khi chúng ta mua hoặc ăn một miếng thịt, mục đích của chúng ta là giết chết con vật đó. Và mong muốn cái chết của một chúng sinh vì lợi ích ích kỷ của chúng ta—vì nếu chúng ta thành thật với chính mình thì đúng là như vậy—không tương thích với lòng bi mẫn vô biên dành cho tất cả chúng sinh. Đây là lý do tại sao Đức Phật đã nói, trong Kinh Phạm Võng tức Kinh Brahmajala (một kinh, theo cách sử dụng này, là một bài giảng [giáo lý] của Đức Phật), "*Bất cứ ai ăn thịt là tự cắt đứt hạt giống vĩ đại của bản chất từ bi và bi mẫn của chính mình..*" Và một lần nữa trong Kinh Lăng Già, "*Ta cấm [Ăn thịt] ở mọi nơi và mọi lúc đối với những ai an trú trong lòng từ bi.*"

Có một đoạn trong Kinh Jivaka trong đó Đức Phật nói rằng những người theo Ngài bị cấm ăn thịt trừ khi họ không có lý do gì để nghi ngờ rằng con vật bị giết đặc biệt vì họ. Trong trường hợp đó, họ có thể ăn thịt. Trên cơ sở kinh này, một số Phật tử hiện đại khẳng định rằng chúng ta có thể mua và ăn thịt với lương tâm trong sáng. Họ nói rằng những con vật bị giết một cách ẩn danh; các công nhân lò mổ thậm chí còn không nhận thức được sự tồn tại của những người tiêu dùng cá nhân, những người cuối cùng mua và ăn thịt. Các loài động vật không bị giết để phục vụ một cá nhân cụ thể nào, và do đó mọi người đều có thể ăn thịt chúng.

Lập luận này sẽ không đứng vững trước bất kỳ loại phân tích trung thực nào. Suy ngẫm một lát sẽ cho thấy rằng khi chúng ta mua thịt ở siêu thị hay nhà hàng, chúng ta đang ra lệnh giết một con vật. Khi chúng ta mua hoặc ăn thịt, chúng ta tự xếp mình vào tầng lớp những người giết hại động vật để phục vụ họ. Chính Đức Phật đã nêu quan điểm này trong Kinh Lăng Già khi Ngài nói: "***Nếu bất cứ ai không ăn thịt vì bất kỳ lý do gì thì sẽ không có kẻ hủy diệt sự sống***". Khi chúng ta mua hoặc ăn thịt, chúng ta đang khiến người giết mổ giết hại; anh ấy giết vì chúng tôi.

Mặc dù vậy, sự thèm ăn của con người đối với thịt đồng loại của chúng ta vẫn rất mạnh mẽ. Ít nhất về mặt tâm lý, nó có thể là một chứng nghiện mạnh như rượu hoặc cocaine. Và qua nhiều thế kỷ, nhiều Phật tử, đáng buồn thay, trong đó có nhiều vị thầy, đã nghĩ ra những lý do thông minh để thỏa mãn dục vọng của mình. Một trong những điều lâu dài nhất là tuyên bố rằng chính Đức Phật đã ăn thịt, một thực tế được cho là đã được chứng thực trong bữa ăn cuối cùng của Ngài.

Bữa ăn này được dùng tại nhà của một cư sĩ, một người thợ rèn tên là Chunda (*đôi khi đánh vần là Cunda, nhưng luôn được phát âm là "Chunda*"). Sau khi ăn nó, Đức Phật 80 tuổi bị mắc chứng rối loạn đường ruột nghiêm trọng gây ra chuột rút và tiêu chảy và từ đó ngài đã niết bàn. Một trong những món ăn được phục vụ trong bữa tối định mệnh được gọi là sukara-maddava trong tiếng Pali, ngôn ngữ cổ trong nhiều kinh điển Phật giáo, và trên đó có một câu chuyện. Dịch theo nghĩa đen, sukara có nghĩa là "lợn" và maddava có nghĩa là "thức ăn". Không ai chắc chắn chính xác sukara-maddava ám chỉ điều gì; thuật ngữ này không xuất hiện ở nơi nào khác. Nhưng những Phật tử quyết tâm không từ bỏ thịt động vật của mình đã nhanh chóng tuyên bố rằng nó nên được dịch là "thịt lợn".

Nghi ngờ về cách điền vào chỗ trống thuận tiện này, các học giả đã chỉ ra rằng tiếng Pali sử dụng một từ khác cho "thịt lợn", sukara-mamsa; họ tin rằng sukara-maddava nên được dịch là "thức ăn cho lợn" chứ không phải "thịt lợn" và rất có thể nó ám chỉ đến một loại nấm, một món ngon của lợn. (Maddava có nghĩa phụ là "thứ gì đó mềm mại hoặc tinh tế.") Họ tin chắc rằng Đức Phật chết vì ăn phải nấm độc chứ không phải thịt lợn ôi. Trong cuốn tiểu sử về Đức Phật, *Con Đường Xưa Mây Trắng*, Thích Nhất Hạnh, một tu sĩ Việt Nam, một trong những vị thầy Phật giáo được kính trọng nhất ở phương Tây, đã nói thẳng rằng: "Đó là một đĩa nấm... và được gọi là sukara- Maddava."

Nhưng ở cấp độ cơ bản nhất, quan điểm của Phật giáo chống lại việc ăn thịt không phụ thuộc vào những tranh luận về việc khi nào một con vật được giết hoặc không bị giết dành riêng cho bạn, cũng không phụ thuộc vào việc giải thích một thuật ngữ đã bị lãng quên từ lâu trong ngôn ngữ chết. Nó phụ thuộc vào hai sự thật đơn giản: Phật giáo dạy về lòng bi mẫn vô biên đối với tất cả chúng sinh, một lòng bi mẫn được thể hiện qua sự bất bạo động đối với tất cả chúng sinh. Không thể có được thịt nếu không có bạo lực tột độ, việc giết hại vô cớ những chúng sinh vô tội. Một chế độ ăn chay—hay tốt hơn nhiều là chế độ ăn thuần chay—chỉ đơn giản là lòng trắc ẩn được mang đến bàn ăn tối. Như vậy, đây là chế độ ăn kiêng duy nhất tôn vinh lời dạy của Đức Phật.

CHƯƠNG 6

ĂN CHAY CÓ PHẠM TỘI SÁT SINH KHÔNG & CỎ CÂY CÓ LINH HỒN KHÔNG

1

Trước hết cần định nghĩa rõ ràng ăn chay là gì và sát sinh là gì? **Ăn chay**, theo các nhà dinh dưỡng học định nghĩa là một chế độ dinh dưỡng mà thực phẩm được lấy từ các nguồn thực vật bao gồm rau đậu qủa củ và ngũ cốc; còn **sát sinh** là giết hại sự sống hay nói một cách khác, sát sinh là hành động của một con người làm đoạn sự sống của một chúng sanh khác. Trong nhà Phật chúng sinh được phân chia làm hai loại: (1) **chúng sinh hữu tình** là các loài có tình thức, có hệ thần kinh, biết cử động, biết đi, biết bò, biết bay, biết lội, nói chung là tất cả động vật có sinh mạng, bao gồm cả con người, (2) **chúng sinh vô tình** là những sinh vật không nằm trong các loài chúng sinh hữu tình như đất đá, cỏ cây. Cỏ, cây là sinh vật sống nhưng không được xếp vào hàng chúng sinh hữu tình vì chúng không có giác quan, không có hệ thần kinh, không có biểu hiện của ngũ ấm, không có cảm xúc, tư tưởng, hành nghiệp...Vì thế, nếu ăn các loài chúng sinh hữu tình được gọi là ăn mặn (xuất xứ từ chữ "mạng" sống) và nếu ăn các loài chúng sinh vô tình được gọi là ăn chay.

Sát sinh là đoạn diệt sự sống của chúng sinh. Chúng sinh ở đây bao gồm cả hai loại như đã nói trên và theo như kinh Phật thì mọi chúng sinh đều bình đẳng, như vậy không phải chỉ có những người giết mổ thịt hoặc đánh cá mới là phạm giới sát sinh mà những người giết hại cây cỏ hoa mầu cũng vậy....Điều này không sai, nhưng cỏ cây là sinh thể sơ đẳng nhất, không có hệ thần kinh và có cấp độ tiến hoá thấp hơn rất nhiều so với động vật, khi bị cắt chúng không có cảm giác đau, có chảy mủ nhưng sau đó lại lành và tiếp tục nảy nhánh mới, hoàn toàn không sinh khởi phản ứng của tâm thức chống trả hay oán thù; còn động vật khi đau đớn biết rên la, khi sợ hãi biết chạy trốn, khi bị giết có những sinh khởi phản ứng của tâm thức, oán thù với đối tượng giết chúng. Một động vật, khi bị giết chết là chấm dứt sinh mạng, không nảy mầm hay nảy cành non như loài thảo mộc. Loài thảo mộc có nhị đực và nhị cái ở trên cùng một cái hoa hay trên cùng một thân cây, nhờ ong bướm hay gió thổi mà nhị đực rơi vào nhị cái, kết thành trái và hột để di truyền giống. Loài động vật thì con đực và con cái là hai thân thể, hai sinh mạng khác nhau, chúng có tình thức và lòng dục nên tìm đến nhau luyến ái và giao phối, để truyền giống.

Đạo lý cơ bản của người Phật tử là 5 giới cấm, trong đó có dạy là không sát sinh. Đối với cỏ cây cũng là chúng sinh, nhưng là *chúng sinh vô tình*, khác với con người và các loài động vật khác (chúng sinh hữu tình). Người Phật tử tu, cái chính là **không sát hại các loài hữu tình**, còn nếu ở cấp độ tu chứng cao hơn thì không sát hại cả các loài vô tình. Tuy nhiên, mục đích chính của việc không sát sinh là để **gieo**

trồng hạt giống từ bi và phát triển tâm từ bi đến với muôn loài chúng sinh từ gần đến xa, từ lớn đến nhỏ.

Tưởng cũng nên bàn thêm ở đây, chúng ta đang sống trong thế giới nhị nguyên "tương đối", luôn có sự phân biệt đối đãi, tốt và xấu, sướng và khổ.. Ở thế giới tương đối này, chắc chắn mọi người đều cho rằng mạng sống của nhà bác học Einstein quý giá hơn mạng sống của một con chuột rất nhiều... Tương tự, việc giết một con bò phải được xem là một hành động sát sanh lớn hơn việc cắt một cành hoa hay ngọn cỏ vì con bò có hệ thần kinh, biết cảm giác đau đớn. Nhờ sống trong thế giới tương đối này, chúng ta mới biết con người có giá trị vô cùng về sự hiểu biết, trí thông minh và có tâm phân biệt mà các loài động vật khác không có. Cũng vì thế mà chúng ta mới ***không tin tưởng rằng mọi vật đều phải được nuôi sống bằng sinh mệnh của một loài nào đó.*** Ngược lại với thế giới "tương đối" mà chúng ta đương sống là thế giới "tuyệt đối", nơi đó hoàn toàn bình đẳng, không có sự phân biệt giữa thấp và cao, giữa tốt và xấu hay giữa hữu tình và vô tình chúng sinh. Ở đó, chúng ta không còn quan niệm hay ý tưởng cho rằng việc giết đi sinh mạng của một con bò là ác hơn việc cắt đi một nhánh hoa. Đây là thế giới của những người đã có trình độ tu chứng, đã tiến hoá cao. Cũng như chuyện ngài Tuệ Trung Thượng sĩ ăn mặn, không ăn chay, vì ngài là người đã giác ngộ, tâm không còn phân biệt, không còn vướng mắc, chấp trước vào chuyện ăn uống. Ăn chay hay ăn mặn đối với ngài chỉ là để nuôi thân và hành đạo.

Nói về sát sinh, còn một khía cạnh khác, đó là còn ***tùy thuộc vào tâm ý của chúng ta vào giây phút chúng ta lấy đi sinh mạng của sinh vật khác***. Chính sát na đó quyết định rằng hành động đó có phải là phạm giới sát hay phạm đến một sự sai lầm về đạo đức không. Trong giới không sát sanh của người xuất gia, Đức Phật có đề cập đến các vi sinh vật, nhưng nếu có phạm đến chúng thì chỉ là tội nhẹ chứ không phải là trọng tội. Ngày xưa khi Phật còn tại thế, có một Tỳ kheo đi qua một cánh đồng khô, trời nóng khát nước, gặp vũng nước thấy có nhiều vi sinh vật nên không dám uống. Tỳ kheo ấy đến bạch với Đức Phật: Bạch Thế Tôn, con rất khát nước, con dùng thiên nhãn thấy vũng nước bên đường có vô số vi trùng nên không uống được. Phật bảo: Sao ông không dùng nhục nhãn (mắt thường) mà nhìn?

Câu chuyện cho thấy "tác ý" trong hành động mới là điều quan trọng. Nếu nhìn trong nước bằng con mắt thường sẽ không thấy những vi sinh vật và cứ tự nhiên uống thì sẽ không tạo nghiệp vì không tác ý. Tương tự, khi uống thuốc trụ sinh diệt vi trùng hay vi khuẩn trong cơ thể để trị bệnh cũng thế.

2

Bàn về cỏ cây cũng có linh hồn hay thần thức thì có một số ít người nói kinh Phật dạy rằng "*mười phương cây cỏ cũng đều là hữu tình, cùng với người không khác. Cỏ cây chết làm người, người chết trở lại làm cỏ cây.*" Và họ còn viện dẫn nghiên cứu khoa học cho biết cây cỏ cũng có linh hồn tình thức. Điều này không đúng vì như phần thứ nhất chúng tôi đã trình bày, cỏ cây là sinh vật sống nhưng không được (Phật Giáo) xếp vào hàng chúng sinh hữu tình vì chúng không có giác quan, không có hệ thần kinh, không có biểu hiện của ngũ ấm, không có cảm xúc, tư tưởng, hành nghiệp. Trong kinh Lăng Nghiêm Đức Phật dạy rằng:

"Người tu thiền định, khi hành ấm hết, tướng sanh diệt đã diệt, chơn tâm tịch diệt chưa hiện bày, lúc bấy giờ thấy thức ấm biến khắp tất cả, rồi ***sanh tâm chấp****: "Mười phương cây cỏ cũng đều là hữu tình, cùng với người không khác. Cỏ cây chết làm người, người chết trở lại làm cỏ cây". Vì mê mờ tánh Bồ Đề, mất chánh kiến, nên sẽ làm bè bạn với hai chúng ngoại đạo Bà Tra và Tán Ni, chấp tất cả vạn vật đều có tri giác (biết)."* (*Phật Học Phổ Thông Khóa thứ 6-7, Đại Cương Kinh Lăng Nghiêm, Hòa Thương Thiện Hoa, Phật Học Viện Quốc Tế tái xuất bản năm 1987, Bài thứ 16: Mười Món Ma Về Thức Ấm, phân đoạn 4, chấp cỏ cây cũng đều biết, trang 252).*

Bản dịch Kinh Lăng Nghiêm do Hòa Thượng Thích duy Lực dịch như sau:

"Người tu thiền định, khi dứt được Hành Ấm, sanh diệt đã diệt, mà nơi tinh diệu của tịch diệt chưa được viên thông, nếu ở nơi sở tri, ***kiến lập tri giải****, cho các loài cây cỏ mười phương đều gọi là hữu tình, với người chẳng khác ; cây cỏ làm người, người chết rồi lại thành cây cỏ, cho đến loài vô tình đều có sự giác tri, hữu tình vô tình chẳng có phân biệt, sanh tâm thù thắng, thì bị đọa vào cái chấp "Tri vô tri", làm bạn với hai thứ ngoại đạo Bà Tra và Tiện Ni, chấp tất cả đều có sự giác tri, mê lầm tánh Bồ Đề, lạc mất tri kiến Phật. Ấy gọi là lập cái tâm viên tri, thành cái* ***quả hư vọng****, trái xa viên thông, ngược đạo Niết Bàn, thành giống Điên Đảo Tri thứ tư."* (*Kinh Lăng Nghiêm, Từ ân Thiền đường xuất bản tại Hoa Kỳ, trang 253).*

Ngoài ra, bản dịch của cụ Tâm Minh Lê Đình Thám cũng tương tự.

Như thế, trên đây đã trả lời rõ ràng về cây cỏ, cũng đồng thời trả lời luôn về một câu hát của nhạc sĩ họ Trịnh được một vị thầy lập lại nhiều lần "*làm sao em biết bia đá không đau?*". Bia đá không biết đau vì chúng là vô tình chúng sinh, là vô tri giác.

Nói tóm lại:

Quan niệm về việc cỏ cây có linh hồn hay không phụ thuộc vào từng quan điểm tôn giáo và triết học khác nhau. Trong nhiều tôn giáo và triết học, cây cỏ và tất cả các loài thực vật đều được coi là có sự sống, nhưng việc có linh hồn hay không thì còn tranh cãi. Theo quan điểm Phật giáo, cây cỏ không có linh hồn theo nghĩa của con người và các loài động vật có tình cảm. Tuy nhiên, cây cỏ cũng được xem là có sự sống và cần được tôn trọng. Trong giới luật nhà Phật có quy định người xuất gia "không chặt cây, nhổ cỏ" một phần cũng mang ý nghĩa này. Tuy nhiên, đặt vấn đề "vạn vật hữu linh, cỏ cây cũng có cảm giác" rồi liên hệ đến lợi ích của việc ăn chay theo đạo Phật thì thiết nghĩ thật khiên cưỡng.

Đạo Phật chủ trương ăn chay để nuôi dưỡng tâm từ bi, tránh bớt những việc liên quan đến sự giết hại động vật làm thực phẩm, góp phần bảo vệ môi trường. Trong nhiều cách ăn, đối với những mục tiêu đã nói thì ăn chay có những tác dụng tích cực cho việc phát triển tâm từ bi và trí tuệ.

Mặt khác, chúng ta sống thì không thể không ăn. Không ăn thịt cá đã đành, chẳng lẽ xem thực vật cũng có linh hồn và sự sống rồi nhịn ăn chịu chết sao? Thành ra, ăn gì mà ít tạo nghiệp giết hại để sống có ích cho nhân loại và chúng sinh thì vẫn tốt hơn. Nói chính xác, ăn cách gì, chay hay mặn cũng đều liên quan xa gần đến tạo nghiệp giết hại cả. Nhưng chọn cách ăn chay thì nhẹ bớt nghiệp sát và trợ giúp cho việc tu tập tốt hơn.

CHƯƠNG 7

ĂN CHAY VÌ LÒNG TỪ BI

Có nhiều nguyên nhân và mục đích khác nhau thúc đẩy người ta từ bỏ việc ăn thịt cá mà chuyển qua ăn thực phẩm rau đậu. Những nguyên nhân gần và những nguyên nhân xa. Gần như bảo vệ sức khỏe cho chính bản thân người ăn chay, giúp người ăn chay ít bệnh tật hơn như khoa học ngày nay đã chứng minh. Xa hơn là để bảo vệ môi trường sống, giúp cho hệ sinh thái, nguồn nước và không khí thở trong lành hơn và giảm thiểu quả địa cầu ấm nóng gây bão lụt xảy ra hàng năm ở Việt Nam và trên thế giới.

Trong bài này, chúng tôi đề cập đến một lý do khác thúc đẩy người ta ăn chay. Lý do ăn chay này không những chỉ có mặt trong cộng đồng Phật giáo mà còn có mặt ở khắp mọi nơi, mọi cộng đồng không phân biệt tôn giáo và sắc tộc. Đó là ăn chay vì tôn trọng sự sống, không gây tổn thương đến mạng sống của các loài vật hữu tình và nhất là vì muốn làm giảm bớt đi những nỗi khổ đau và chết chóc không cần thiết mà con người, một sinh vật thông minh hơn, gây ra cho chúng.

Điển hình như tổ chức bảo vệ súc vật PETA ở Mỹ có mục đích bảo vệ loài vật tránh sự ngược đãi bạo hành của con người. Các thành viên của tổ chức, tình nguyện ủng hộ tiền tài, nhân lực và tự nguyện ăn chay vì lý tưởng của tổ chức. Họ cho biết không thể nào nhẫn tâm hay vô cảm trước nỗi khổ đau của con vật, không thể nào ăn thịt chúng khi thấy chúng giẫy dụa trên các dây chuyền xẻ thịt và biến chế thực phẩm.

Cũng như một bác sĩ người Pháp – Bs. *Jérôme Bernard-Pellet,* người chuyên đi thuyết trình kêu gọi mọi người nên ăn chay. Khi được hỏi « *Ông là một bác sĩ, vậy vì lý do gì mà ông ăn chay ?* ». ông đã trả lời một cách thật trịnh trọng như sau : «- *Bà có biết không, gia đình cha mẹ tôi làm nghề chăn nuôi súc vật để giết thịt. Tôi đã thấy quá nhiều máu chảy và sự đau đớn. Tôi không còn ăn thịt được nữa* ».

Một trường hợp khác, thi hào Pháp thuộc thế kỷ XIX tên là Alphonse de Lamartine đã ăn chay từ khi còn rất nhỏ, ông ăn chay vì một hôm « *..theo mẹ đi ngang một lò sát sinh, ông thấy máu chảy lênh láng ra đến tận đường đi, mùi tử khí và mùi máu hôi tanh không chịu nổi. Khi về đến nhà thì ông xin mẹ được ăn chay* **»**.

Như vậy, có một tầng lớp ăn chay vì lòng nhân từ hay nói rộng hơn là vì lòng từ bi của họ đối với loài vật hữu tình. Họ không ăn thịt bởi vì họ tin tưởng loài vật có quyền được sống và được đối xử như con người. Loài vật không thể là thức ăn cho con người. Loài vật là một loại chúng sinh tình thức đều có bản năng ham sống và sợ chết như con người. Nếu như chúng bị tổn thương hay bị giết hại đều sinh khởi sự sợ hãi, thống khổ, sinh khởi sự phẫn nộ, oán hận và chống trả. Ví như con người giết hại lẫn nhau, đôi bên sẽ tạo thành kết thù, kết oán, mưu hại lẫn nhau.

Đối với những người Phật giáo, ngoài việc giữ giới cấm sát sinh như giới luật nhà Phật qui định, ăn chay còn là một phương thức tu tập hằng ngày, gieo trồng hạt giống từ bi và phát triển tâm từ bi đến với muôn loài chúng sinh từ gần đến xa, từ lớn đến nhỏ. Một số người Phật giáo quá khiêm nhường khi cho rằng họ "*ăn chay cũng giống như bò ăn cỏ, ăn chay chẳng phải là tu*". Họ nói vậy thôi, thực sự với người Phật giáo, thức ăn chay, mặc dù chỉ là rau, đậu, quả, củ (*xét về phương diện vật chất*), nhưng chính là thực phẩm (*xét về phương diện tinh thần*) nhắc nhở hằng ngày nuôi dưỡng tâm Từ bi và tâm Từ bi lại chính là mảnh đất mầu mỡ giúp cho Trí tuệ nẩy mầm và phát triển.

Ăn chay, một phần nhỏ là để cứu vớt những con vật vô tội, còn phần lớn là để phát triển tâm từ bi đối với những con vật đang bị hành hạ và chịu đau đớn diễn ra hàng ngày ở mọi nơi. Hãy xem những thước phim video được quay lén trong các trại chăn nuôi và trong các lò sát sinh mới thấy rằng những nơi đó là một trời địa ngục. Người ta thúc đẩy, đánh đập từng con bò, hết con này rồi tới con khác tiến vào lò sát sinh, hoặc hàng trăm hay hàng ngàn con gà đang bị đẩy vào máy để cắt cổ và nhổ lông…[xem video và ảnh bên dưới]

Trong các cơ sở chăn nuôi súc vật công nghiệp, gà mái đẻ phải chịu những nghiệt ngã nhất của đời sống. Từ ba đến năm con gà được nhốt giữ trong một hộp lưới hình chữ nhật có kích thước khoảng hai gang tay bề rộng và ba gang tay bề dài (12 inches x 18 inches) mà chung quanh bằng giây kẽm; những hộp như vậy được sắp chồng lên nhau. Đèn điện được thắp sáng trung bình 20 giờ một ngày để chúng ăn nhiều, đẻ nhiều. Hầu hết gà đều bị cắt mỏ để không cho chúng cắn lộn nhau vì bị căng thẳng thần kinh do sống trong một môi trường chật hẹp. Khoảng 95 phần trăm trứng được sản xuất bởi các nhà máy gà đẻ này. Gà làm thịt (broiler chickens) được sản xuất bởi các cơ xưởng tương đối khá hơn gà mái đẻ nêu trên. Sau khi nở, gà được chuyển đến xưởng chăn nuôi mà mỗi xưởng có thể chứa đến nhiều ngàn con. Khi gà con lớn dần, sự khủng hoảng tinh thần cũng gia tăng theo vì không đủ chỗ để xoay trở. Nhiều chú ở giữa một đám gà ngàn con thường bị chết vì ngộp thở. Gà được nuôi khoảng bốn tháng tức cân nặng chừng 3,5 pound là được chuyển đến lò sát sinh để làm thịt bán ra thị trường. Mỗi năm Hoa Kỳ nuôi và giết khoảng 7 tỷ con gà để làm thức ăn cho con người.

Heo cũng được nuôi giữ trong những điều kiện chật hẹp tương tự. Họ nuôi chúng với kỹ thuật mới về di truyền tính (genetic engineering), làm cho heo thật mau lớn với phí tổn thật ít. Thực phẩm của chúng thường trộn đủ loại thuốc. Heo cái chịu đựng thê thảm nhất; chỉ năm ngày sau khi sanh ra heo con, mẹ con chúng bị tách rời khỏi nhau ngay, để heo mẹ được cho thụ tinh nhân tạo, tiếp tục chu kỳ đẻ mới. Heo con được nuôi khoảng năm đến sáu tuần là bị giết để chế tạo món thịt ba chỉ (bacon), một số khác nuôi đến 18 tuần là bị giết để chế thành món ham ăn sáng và pork chop.

Cũng như heo, bò con vừa sinh ra là bị tách rời ngay ra khỏi bò mẹ, nhiều khi không có cơ hội ngậm vú mẹ lấy một lần trong cuộc đời, bò mẹ cũng không có cơ hội âu yếm liếm lên mình đứa con bé bỏng, đáng thương mà nó đã mang nặng đẻ đau, đưa vào cuộc đời. Bò con cái nuôi riêng để thành những máy đẻ mới, còn bò con đực, ta thường gọi là bê, được nuôi trong những chuồng rất hẹp bề ngang để bê không thể nhúc nhích được vì người tiêu thụ muốn thịt mềm. Chúng bị nhốt trong bóng tối suốt 100 ngày và được cho ăn bằng các thực phẩm lỏng nhân tạo không có chất sắt cốt để cho con bê thiếu máu, khi hạ thịt chúng có mầu hơi tai tái mà nhiều người thích ăn. Cũng chỉ vì chiều cái ý thích nầy của thực khách mà cuộc sống của những con bê trở nên khốn khổ, tù tội và tiêu chảy suốt đời, do ăn loại thực phẩm lỏng đặc biệt để thịt được mềm.

Còn bò sữa cũng vô cùng đau đớn vì thường xuyên bị chích thuốc kích thích tố BGH (bovine growth hormone) nhằm sản xuất thật nhiều sữa để cho con người uống. Kích thích tố BGH tạo nên sức ép lớn từ cảm giác đến cơ thể, các bộ phận bị ép lớn và rộng thêm ra, từ chân cẳng đến bầu sữa, bầu vú sữa lớn đến nỗi họ phải dùng những túi nâng vú để nâng đỡ sức nặng và để cho vú khỏi chạm đất. Năm 1930 trung bình một con bò vắt sữa sản xuất được 12 pounds sữa, đến năm 1988 sự sản xuất gia tăng đến 39 pounds và ngày nay 49 pounds một ngày.

Nỗi đau khổ khi sống của những con gà, con heo, con bò nói trên không diễn tả hết được thì khi chết cũng khó mà diễn tả được nỗi thất đảm của chúng. Những con bò khi bị chuyển lên xe tải đưa về lò sát sinh là chúng đã bắt đầu sợ hãi. Có những con không chịu lên hay xuống xe tải nên bị kéo bằng giây cable, trông rất là thảm thương, chúng cứ ghì lại, nước mắt ứa ra như là có linh cảm sắp lên đoạn đầu đài. Đã thế, trong chuyến đi cuối cùng trước khi sang thế giới bên kia, những con vật khốn khổ này còn bị bỏ đói vì với khoảng 24 giờ đồng hồ, thực phẩm chúng ăn chưa kịp chuyển thành thịt, không đem lợi nhuận về cho chủ nó.

Như ngày nay khoa học đã chứng minh, hầu hết súc vật đều có bộ não và hệ thống thần kinh như con người. Chúng cũng có những cảm giác, biết nóng lạnh, sợ hãi và giận giữ như chúng ta. Khi sợ hãi chúng cũng giống như con người là nhịp tim đập mạnh, áp xuất máu lên cao, hơi thở hổn hển. Chúng đều muốn sống như chúng ta. Vậy có nên vì ngon miệng mà chúng ta đẩy biết bao sinh mạng vào hoàn cảnh khốn khổ như vậy suốt cả cuộc đời chăng?

CHƯƠNG 8

VẤN ĐỀ ĂN CHAY Ở NHẬT BẢN

Phật giáo hình thành ở Ấn Độ vào khoảng thế kỷ thứ VI trước công nguyên. Và ba thế kỷ sau đó, Phật giáo bắt đầu vượt ra khỏi lãnh thổ Ấn Độ và du nhập vào dòng chảy tâm linh, văn hóa của nhiều quốc gia trên thế giới. Tuy nhiên mãi đến đầu thế kỷ thứ VI sau công nguyên, Phật giáo mới bắt đầu du nhập vào Nhật Bản và bám rễ vững chắc vào những thế kỷ sau đó, tác động mạnh mẽ vào mọi mặt của đời sống xứ sở Hoa anh đào này.

Năm 675, Thiên hoàng Tenmu là Hoàng đế thứ 40 của nước này, dựa trên niềm tin Phật giáo qua giáo lý nhân quả luân hồi, rằng con người có thể bị tái sinh thành động vật, nên đã ban hành **lệnh cấm giết động vật để lấy thịt ăn** trên toàn lãnh thổ, từ vua đến các quan quần thần, tới hệ thống gia đình hoàng tộc đều thực hiện nghiêm túc, bất cứ người dân nào giết động vật đều bị xử phạt. Lệnh cấm này kéo dài khoảng

100 năm. Điều luật này đồng nghĩa với việc toàn dân đều ăn chay.

Việc tái sản xuất thịt xảy ra khi những người nước ngoài đầu tiên du lịch đến đất nước Nhật Bản. Hội truyền giáo Thiên chúa từ Bồ Đào Nha và Hà Lan đã mang phong tục riêng và chế độ ăn của họ đến. Các lãnh chúa miền Nam của Nhật Bản chấp nhận Thiên chúa giáo và bắt đầu ăn thịt lợn và thịt bò. Dần dần, sự xuất hiện của Thiên chúa giáo như một tôn giáo mới du nhập, sau đó việc tiêu thụ thịt trở nên phổ biến.

Năm 1615, một nhóm tín ngưỡng Phật giáo đã được tái lập ở Nhật Bản với sự thành lập của Mạc phủ Tokugawa, chính phủ quân sự phong kiến Nhật Bản cuối cùng. Vị Shotgun thứ 5 đã tái lập lệnh cấm ăn thịt năm 1687. Trong thời gian này, việc giết hại động vật để ăn là hành động bất hợp pháp. Tuy nhiên, vẫn có những người săn bắn Nhật Bản nổi dậy chống lại luật này – họ sống trong những ngôi làng trên đỉnh núi và bán thịt cho người dân địa phương và trong các chợ phiên thị trấn. Năm 1760, tại khu vực Kojimachi của Edo (Tokyo cũ), có một số cửa hàng bán thịt động vật. Dưới thời vua Shogun Tokugawa Yoshumune đời thứ 8, sữa và các sản phẩm từ sữa đã được tiêu thụ một lần nữa sau món quà 3 con bò trắng Ấn Độ của người Hà Lan tặng năm 1727. Từ đó số lượng bò phát triển nhanh chóng, và thời đại Minh Trị năm 1868 đã sở hữu hơn 500 con bò ở Nhật Bản.

Nhằm phát triển kinh tế với người phương Tây, Hoàng đế Minh Trị đã tổ chức một bữa tiệc mừng năm mới năm 1872 với phong cách ẩm thực Âu châu. Thịt được dùng để đãi khách trước công chúng lần đầu tiên trong hơn 1000 năm qua. Một báo cáo công khai cho rằng Hoàng đế đã thưởng thức các món ăn thịt bò, và nó đã trở thành phong cách ẩm thực tiếp đãi những người phương Tây. Sau khi thấy Hoàng đế của họ ăn thịt, luật cấm tiêu thụ đã biến mất. Hơn nữa, sau hậu quả Chiến tranh thế giới thứ 2, ẩm thực phương Tây được xem như một dấu hiệu của hiện đại hóa và việc ăn thịt được tiếp tục lan rộng hơn.

Do vị trí địa lý bốn bề bao quanh đều là biển, hải sản và rong biển chiếm phần lớn trong khẩu phần ăn của người Nhật. Lương thực chính của người Nhật là gạo; Họ thường cuộn cơm nấu từ gạo trong những tấm rong biển xanh đen, tạo thành món sushi, được xem là quốc thực của Nhật Bản. Thêm vào đó, các món ăn chế biến từ đậu nành cũng có tầm quan trọng đặc biệt trong ẩm thực Nhật nói chung và trong ẩm thực chay nói riêng.

Ngày nay, việc ăn chay không được phổ biến ở Nhật Bản. Tuy nhiên, việc ăn chay vẫn còn hiện diện ở đây vì nó gắn liền với Phật giáo. Do đó, những người ăn chay có thể thưởng thức bữa ăn chay 100% và cực kỳ thịnh soạn được gọi là shojin ryori ở những vùng mà Phật giáo Nhật Bản hiện diện như ở Koyasan, gần Osaka và Kyoto, hoặc ở vùng núi Dewa Sanzan, phía nam Aomori.

Và nhìn chung, Nhật Bản vẫn là quốc gia không tiêu thụ nhiều thịt. Hầu như đi đến đâu bạn cũng có thể hài lòng với một bát cơm trắng, món rau ngâm tsukemono, món súp Miso, món chiên tempura hoặc món mì lạnh làm từ bột kiều mạch (buckwheat) Zaru soba.

CHƯƠNG 9

VẤN ĐỀ ĂN CHAY TẠI TÂY TẠNG

Trong văn hóa Tây Tạng, việc tiêu thụ thịt được xem là điều bình thường, tuy nhiên căn cứ vào giới thứ nhất cấm sát sinh của Phật giáo, việc ăn thịt luôn đặt ra những vấn đề đạo đức quan trọng.

Người ta thường cho rằng độ cao và khí hậu khắc nghiệt của Tây Tạng đã ngăn cản sự phát triển của các loại rau củ quả nên việc ăn thịt là điều không thể tránh khỏi. Tuy nhiên, đối với nhiều người Tây Tạng, món bột lúa mạch rang (tsampa) là món ăn chính trong chế độ ăn uống, cùng với bơ và các sản phẩm từ sữa khác. Hầu hết người dân Tây Tạng lớn lên bằng cách ăn Tsampa và những người này ngẫu nhiên được xem như là những người ăn chay, đã sống lâu và khỏe mạnh, nên rõ ràng một chế độ ăn uống có thể phát triển tốt mà không cần phải ăn thịt.

Do thời tiết, trong lịch sử quốc gia này đã có những tháng mùa đông hoàn toàn không có rau; đối với nhiều người, thịt là lựa chọn duy nhất. Tuy vậy, trong phần lớn thời gian trong năm, người Tây Tạng thực sự đã tránh giết mổ động vật. Do đó, thịt là thực phẩm theo mùa chứ không phải là thực phẩm chủ yếu.

Đa số người dân Tây Tạng tin rằng thịt rất cần thiết cho sức khỏe con người và cơ thể sẽ trở nên yếu đuối nếu không có thịt. Truyền thống y học Tây Tạng cũng cho rằng thịt ngăn cản "khí dịch trở nên quá mạnh, và do đó coi việc ăn thịt là quan trọng để duy trì sự cân bằng của cơ thể. Các yếu tố khác cũng góp phần vào sự phổ biến của thịt, chẳng hạn như niềm tin văn hóa của người Tây Tạng rằng nó tượng trưng cho sự giàu có và địa vị do giá thành của nó cao so với các món ăn làm từ thực vật, hoặc ảnh hưởng của cái mà người ta gọi là "nam tính anh hùng" trong văn hóa đại chúng Tây Tạng— ý tưởng cho rằng thành công được đánh đồng với sức mạnh thể chất và sự thống trị, bao gồm cả sự thống trị và tiêu thụ thịt động vật.

Vậy thì những người ăn thịt ở đất nước Tây Tạng biện minh cho hành động của mình như thế nào? Và những người ăn chay ở Tây Tạng đã tranh luận trường hợp của họ như thế nào?

Theo học giả Geoffrey Barstow tác giả quyển sách *The Faults of Meat Những lỗi lầm của thịt,* cho biết điểm khởi đầu cơ bản của các học giả Tây Tạng là bản ghi chép kinh điển về lời dạy của Đức Phật. Những người ủng hộ việc ăn chay thường trích dẫn các tác phẩm như Kinh Lăng Già, trong đó Đức Phật bác bỏ quan điểm cho rằng ăn thịt khác với hành động sát sinh.

Barstow lưu ý rằng một trong những cách bảo vệ phổ biến nhất của Phật giáo đối với việc ăn thịt xoay quanh ý tưởng rằng người tiêu dùng không có lỗi nếu thịt được mua ở chợ; điều này tập trung vào một quy tắc tu viện thường được trích dẫn liên quan đến "ba thứ tịnh thịt", theo đó nếu người tiêu dùng không đích thân giết con vật (1). Mắt không thấy giết: Chính mắt mình không thấy sinh vật ấy vì mình mà bị giết. (2). Tai không nghe giết: Đối với người đáng tin, không nghe nói sinh vật ấy vì mình mà bị giết. (3). Không nghi giết: Biết nơi đó không có nhà đồ tể, hoặc sinh vật ấy đã tự chết, vì thế không còn ngờ là vì mình mà sinh vật ấy bị giết.

Trong lịch sử, hầu hết người Tây Tạng đều đưa thịt vào chế độ ăn uống của họ. Tuy nhiên, có những ví dụ ban đầu về các bậc thầy Tây Tạng đã bác bỏ chuẩn mực này, tránh ăn thịt ngay cả khi các bậc thầy của họ chấp nhận nó.

Một trong những người ủng hộ việc ăn chay sớm nhất là đạo sư **Bön Metön Sherab Özer** (1058–1132), người có công trong việc thành lập tu viện Bön. Ông mô tả sự vô đạo đức và những rủi ro cá nhân của việc ăn thịt, nói rõ: *"Theo định nghĩa, thứ được gọi là 'thịt' này xuất phát từ việc giết hại động vật. Không có lòng thương xót sẽ đưa người ấy vào địa ngục. Với sự hối tiếc lớn lao, hãy từ bỏ việc ăn nó. Thứ được gọi là 'thịt' này đến từ cha và mẹ."*

Những nhận xét của đạo sư Metön nêu bật vấn đề trọng tâm trong các cuộc tranh luận của người Tây Tạng về việc ăn thịt: lòng từ bi và mẫn cảm.

Niềm tin rằng lòng bi mẫn trong chế độ ăn uống là không thể

thiếu trong đời sống tu viện đã được các học giả sau này ủng hộ, bao gồm Ngorchen Kunga Sangpo (1382–1456), bậc thầy có ảnh hưởng của trường phái Sakya của Phật giáo Tây Tạng và người sáng lập Tu viện Ngor Ewam Chöden. Việc Ngorchen ăn chay và việc ông nhấn mạnh rằng các tu sĩ trong tu viện của ông phải áp dụng chế độ ăn chay nghiêm ngặt đã khiến Ngor trở thành một trong những nơi hiếm hoi ở Tây Tạng có quy định ăn chay.

Ngorchen đã tìm cách khôi phục truyền thống Sakya trở lại vinh quang ban đầu bằng cách khai thác những gì ông tin là "những giáo lý thuần khiết và không tì vết của những người sáng lập Sakya vĩ đại thời kỳ đầu". Điều này bao gồm việc lấy cảm hứng từ Jetsun Drakpa Gyaltsen (1147–1216), một trong năm vị sáng lập của dòng truyền thừa Sakya, người đã cẩn thận tránh ăn thịt và rượu trừ những dịp đặc biệt, chẳng hạn như biểu diễn nghi lễ Mật thừa.

Chính nghi lễ Mật thừa đã trở thành một vấn đề đối với những người Tây Tạng ủng hộ việc ăn chay. Thật vậy, làm thế nào những Phật tử Mật tông có thể tránh ăn thịt khi việc ăn thịt rất quan trọng đối với nghi lễ của họ? Một người tiên phong trong việc giải quyết vấn đề này là Dolpopa Sherab Gyaltsen (1292–1361), người sáng lập trường phái Jonang của Phật giáo Tây Tạng.

Dolpopa cho rằng việc giết mổ thịt là không được phép ngay cả trong bối cảnh Mật thừa. Loại thịt duy nhất được tiêu thụ trong nghi lễ Mật thừa phải đến từ những con vật chết tự nhiên - điều này, Dolpopa lập luận, tránh được những vấn đề liên quan đến việc giết một con vật, mà ông cảnh báo sẽ dẫn đến tái sinh trong cõi súc sinh. Điều quan trọng là Dolpopa cũng nhấn mạnh rằng chỉ những hành giả mật tông có chứng ngộ cao mới nên ăn thịt trong các nghi lễ - ông nói, bất kỳ ai khác cũng nên tránh việc vi phạm đạo đức này.

Bất chấp những lập luận của Metön, Ngorchen và Dolpopa, không phải tất cả các học giả Tây Tạng đều xem việc ăn chay là bắt buộc đối với các tu sĩ, hoặc thậm chí đối với các vị bồ tát. Học giả phái Geluk **Khedrup Je Gelek Palsang** (1385–1438) lập luận rằng ăn thịt không chỉ được phép về mặt đạo đức mà thậm chí, trong một số trường hợp, còn có đạo đức.

Khedrup đã tham gia vào hai truyền thống văn bản có vẻ trái ngược nhau – các quy tắc tu viện được nêu trong Luật Tạng và Kinh Lăng Già nói trên – để trình bày một phân tích có nhiều sắc thái nhằm tránh việc đơn giản trả lời có hoặc không đối với câu hỏi liệu ăn thịt là có vấn đề về mặt đạo đức. Ông lập luận rằng không có chỗ nào trong Luật Tạng Đức Phật cấm các tu sĩ ăn thịt, và ông lý luận rằng những tuyên bố của Đức Phật rằng không nên ăn một số loại động vật ngụ ý rằng ít nhất một số loại thịt được cho phép. Ông quay sang quy tắc nói trên về tam tịnh nhục tức ba loại tịnh thịt, mà ông tin rằng sẽ giúp người tiêu dùng thoát khỏi mọi trách nhiệm về nghiệp chướng bằng cách đảm bảo không liên quan đến việc giết hại động vật.

Dựa trên tác phẩm của nhà triết học Phật giáo Ấn Độ Bhaviveka thế kỷ thứ sáu, **Khedrup** bác bỏ ý kiến cho rằng nếu không ăn thịt thì sẽ không có giết chóc, nói rằng những tuyên bố như vậy dẫn đến những điều phi lý. Ví dụ, ông lập luận rằng nếu ai đó có tội về mặt đạo đức khi ăn thịt bị người khác giết chứ không phải để hưởng thụ, thì họ cũng đáng trách như nhau khi đeo ngọc trai, dùng đồ da, lụa hoặc len.

Tất nhiên, những người ăn chay ngày nay sẽ đưa ra lập luận chính xác như vậy, nhưng Khedrup gần như chắc chắn sẽ coi việc ăn chay là phi lý. Đối với Khedrup, một người ăn thịt chỉ có lỗi và chỉ tích lũy nghiệp báo giết hại nếu anh ta trả tiền cho người bán thịt để giết một con vật sống để anh ta có thể ăn thịt nó vì mục đích hưởng thụ của riêng mình. Lưu ý rằng mối quan tâm của Khedrup không chỉ là hành động mà còn là trạng thái tinh thần của người tiêu dùng. Theo lập luận này, hành động với sự thèm muốn và ham muốn là vấn đề thực sự đối với một Phật tử ăn thịt, và nếu các tu sĩ ăn thịt mà không có bất kỳ cảm giác ham muốn nào cho sự thỏa mãn cá nhân thì họ sẽ được miễn trừ mọi hành vi sai trái.

Chuyển sang những lập luận ủng hộ việc ăn chay của Kinh Lăng Già, **Khedrup** cho rằng kinh này không dành cho các nhà sư mà dành cho các vị bồ tát, những người có "bản chất từ bi" và có "thân thể hoàn toàn thanh tịnh", cùng với những đặc điểm đáng chú ý khác. Hơn nữa, Ngài tuyên bố rằng việc cấm ăn thịt của Kinh Lăng Già thậm chí không áp dụng phổ biến cho các vị bồ tát, những người mà Ngài khẳng định có thể ăn thịt mà không có lỗi trong một số trường hợp nhất định, chẳng hạn như khi ăn thịt sẽ mang lại lợi ích cho người khác hoặc chữa khỏi bệnh. Do đó, quan điểm của Khedrup hoàn toàn trái ngược với quan điểm của Dolpopa và Ngorchen khi ông đã nỗ lực hết sức để xác định các trường hợp mà Phật tử có thể và không thể ăn thịt, làm phức tạp thêm mọi giả định rằng thịt trên thực tế là phi đạo đức.

Bất chấp những khó khăn lớn trong việc ăn chay ở Tây Tạng, do khí hậu khắc nghiệt thiếu thảm thực vật, có rất nhiều ví dụ về các đạo sư Phật giáo Tây Tạng vĩ đại ủng hộ việc ăn chay, như Ngorchen Kunga Zangpo, Jonang Kunkhyen Dolpopa ,

Karmapa thứ 4, Karmapa thứ 8, Patrul Rinpoche và gần đây hơn là Jadral Rinpoche, Khenpo Tsultrim Lodro Rinpoche, Jetsunma Tenzin Palmo và Karmapa thứ 17, Orgyen Trinley Dorje.

Ngoài việc là người phát ngôn hàng đầu về bình đẳng giới và trao quyền cho phụ nữ trong Phật giáo Tây Tạng, Đức Karmapa thứ 17 còn là một trong những nhà ủng hộ Phật giáo Tây Tạng hàng đầu thế giới về việc ăn chay và quyền động vật vì lý do từ bi, môi trường và đạo đức. Ngài ấy đã nói về chủ đề này nhiều lần. Ngoài ra, khi còn là một thanh niên, mặc dù được nuôi dưỡng như một người ăn thịt trong một gia đình du mục ở Tây Tạng, nhưng sau đó Ngài đã từ bỏ thịt và rõ ràng không khuyến khích người khác mua, làm và ăn thịt.

Trong bài phát biểu của Đức Karmapa thứ 17 tại Kagyu Monlam năm 2007 ở Bồ Đề Đạo Tràng, Ấn Độ, trong đó ngài đã yêu cầu cấm mua, nấu và tiêu thụ thịt ở các trung tâm Phật pháp Karma Kagyu và tu viện. Việc này đã gây ra một số làn sóng chấn động trong khán giả trước sự nhấn mạnh trực tiếp và thẳng thắn của ngài rằng việc ăn thịt động vật bị cố ý giết để làm thức ăn không phải là Phật giáo, cũng không phải là một phần của truyền thống Karma Kagyu.

Tuy nhiên, không có nhiều thông tin về các vị Karmapa tiền nhiệm và quan điểm của họ về việc ăn thịt. Trên thực tế, các bài báo học thuật gần đây về chủ đề ăn chay ở Tây Tạng, xưa và nay, đã bỏ qua lối sống và thái độ ăn chay nghiêm ngặt của các vị Karmapa trước đây. Như Đức Karmapa thứ 17 đã giải thích, ăn chay không phải là một hiện tượng hiện đại ở Tây Tạng, các vị Karmapa trước đây cũng là những người nhiệt tình ủng hộ việc từ bỏ việc ăn thịt động vật bị sát hại.

Những giáo lý gần đây đáng chú ý vì đây là lần đầu tiên một vị thầy cao cấp của Phật giáo Tây Tạng và người đứng đầu một trong bốn dòng truyền thừa lớn đã ban những giáo lý chi tiết như vậy về lịch sử ăn chay của Phật giáo cũng như những lý do cho việc ăn chay nghiêm ngặt đó. Có những vị thầy khác đã nhấn mạnh mạnh mẽ đến sự cần thiết của việc ăn chay, chẳng hạn như Jadrel Rinpoche, nhưng Đức Karmapa thứ 17 là người duy nhất đứng đầu một dòng truyền thừa đã làm như vậy.

Hiện nay, các bác sĩ y khoa Tây Tạng càng lúc càng nhận thấy lợi điểm của việc ăn chay, kể cả Bác sĩ Tenzin Tsephal, giám đốc Y khoa Tây Tạng tại khu vực di dân chính của người Tây Tạng ở Dharamsala, ông nói: "Đức Lạt Lai Lạt Ma không cần phải ăn thịt để có sức khỏe. Không bao giờ tôi khuyên người nào đang ăn chay trở lại ăn thịt. Bác sĩ Tây Tạng nào làm như vậy là cổ hủ, không ý thức hoặc không cởi mở trước sự chọn lựa ngoài thịt này. Tôi nghĩ tất cả dân chúng Tây Tạng đều có thể và nên ngưng ăn thịt"!

Một điều đáng ngạc nhiên, năm 2004, công ty chuyên bán thịt gà chiên, Kentucky Fried Chicken (KFC), thông báo là họ sẽ mở một chuỗi tiệm bán thịt gà chiên bên Tây Tạng. Trước sự kiện đó, Đức Đạt Lai Lạt Ma đã đưa ra lời thỉnh cầu trước dân chúng như sau: "*Thay mặt cho những bạn hữu thuộc hội PETA (hội bảo vệ thú vật), tôi xin được viết vài dòng yêu cầu KFC hãy hủy bỏ dự án mở tiệm bên Tây Tạng, vì công ty của quý vị ủng hộ việc đối đãi dã man và giết gia súc tập thể. Như vậy là xúc phạm tiêu chuẩn đạo đức của người dân Tây Tạng*". Sau đó ban quản lý của KFC hủy bỏ dự án của họ.

Trước khi xảy ra sự kiện này, Đức Đạt Lai Lạt Ma đã thực hiện nhiều cuộc vận động ăn chay khác. Ví dụ như năm 1993, ông xin các tiệm ăn ở Dharamsala, Ấn Độ, nơi định cư của cộng đồng người Tây Tạng lưu vong lớn nhất thế giới, hãy bán đồ chay để dân Tây Tạng được thưởng thức những món chay ngon miệng và tập ngưng ăn thịt. Kết quả đã có nhiều cư dân địa phương trở thành trường chay, và nhờ những tiệm chay này mà thực phẩm chay như đậu hũ đã được dân Tây Tạng biết đến.

Gần đây nhất, vào năm 1999, Geshe Thupten người đứng đầu phong trào Bác ái Đại đồng cổ động mạnh mẽ ăn chay và từ bi đối đãi với tất cả chúng sanh, được bầu làm chủ tịch Hội Quốc tế Gelug, là hội tiêu biểu cho đại tăng thống bên Tây Tạng, và ông đã thành công trong việc đưa một nghị quyết là tất cả những thường trú của các tu viện Gelug nam cũng như nữ đều chuyển sang ăn chay. Năm sau, các tăng chúng ở Gelug bầu ông lên làm người đại diện cho họ trong Quốc hội Tây Tạng Lưu vong tại Dharamsala, nơi đây ông đã đưa ra một điều luật vang danh lịch sử, tuyên bố năm 2004 là năm ăn chay của người Tây Tạng, và trong thời gian này toàn dân Tây Tạng được yêu cầu ăn chay. Quốc hội về sau đã thông qua đạo luật này, việc ăn chay không bị ép buộc mà chỉ khuyến khích thôi, do đó ăn chay đã được nâng lên hàng đầu trong lòng dân Tây Tạng. Luật này được coi như vĩ đại nhất trong số những luật tương tự kể từ khi có sắc lệnh Ashokan vào năm 200 B.C., đã thành lập nền tảng ăn chay bên Ấn Độ.

CHƯƠNG 10

VIỆC ĂN CHAY Ở CÁC QUỐC GIA PHƯƠNG TÂY

Những người ăn chay, không ăn thịt (kể cả thịt gia cầm và hải sản), chiếm khoảng 5% dân số trưởng thành ở Hoa Kỳ, Tỷ lệ người Mỹ xác định là người ăn chay vẫn ổn định trong hai thập kỷ. 11% những người được xác định là theo chủ nghĩa tự do theo chế độ ăn chay, so với 2% của những người theo chủ nghĩa bảo thủ.

Trong văn hóa phương Tây (*Châu Âu, Bắc Mỹ, Australasia và New Zealand*), việc ăn chay có từ thời Hy Lạp cổ đại. Nhà toán học Pythagoras (570 TCN – 495 TCN) chủ trương ăn chay. Chế độ ăn kiêng không thịt thường được gọi là "chế độ ăn kiêng Pythagore" cho đến khi thuật ngữ ăn chay trở nên phổ biến vào những năm 1800. Triết gia Plato (428 TCN – 348 TCN) mô tả chế độ ăn chay là "được thần thánh quy định".

Những người ăn chay nổi tiếng khác bao gồm Leonardo da Vinci (1452-1519), George Bernard Shaw (1712-1778), Leo Tolstoy (1828-1910), Mahatma Gandhi (1869-1948) và Franz

Kafka (1883-1924).

Năm 1850, Hiệp hội Ăn chay Hoa Kỳ được thành lập bởi Mục sư Sylvester Graham (1794-1851), một chuyên gia dinh dưỡng và là người phát minh ra bánh quy giòn graham. Xã hội chủ trương ăn chay và tránh bột mì trắng để tăng cường sức khỏe và chữa chứng nghiện rượu và ham muốn.

Vào cuối những năm 1800, Cơ Đốc Phục Lâm, một hình thức của Cơ đốc giáo, đã phát triển ở Hoa Kỳ. Nhà thờ Cơ Đốc Phục Lâm rao giảng và thực hành ăn chay như một chế độ ăn uống đạo đức, tinh thần và lành mạnh nhất. Tiến sĩ John Harvey Kellogg (1852-1953), người phát minh ra bột ngô, là thành viên. Những người Cơ Đốc Phục Lâm tin rằng Đức Chúa Trời dự định con người trở thành người quản lý các sinh vật trên trái đất chứ không phải người tiêu dùng chúng.

Nhiều người theo giáo phái Quaker, Phật giáo, Ấn Độ giáo và Rastafarians cũng ủng hộ việc ăn chay như một sự mở rộng niềm tin của họ vào việc thực hành bất bạo động.

Năm 1906, Upton Sinclair xuất bản The Jungle, một cuốn sách nổi tiếng mô tả về các cơ sở đóng gói thịt bẩn thỉu, mất vệ sinh ở Chicago và những người lao động nhập cư bị bóc lột. Những tiết lộ của cuốn sách đã dẫn đến một cuộc điều tra của chính phủ và việc thông qua Đạo luật Thanh tra Thịt và Đạo luật Thực phẩm và Dược phẩm Nguyên chất năm 1906.

Năm 1916, Bộ Nông nghiệp Hoa Kỳ USDA ban hành hướng dẫn thực phẩm đầu tiên, "Thực phẩm cho trẻ nhỏ", trong đó bao gồm thịt và sữa thuộc một trong năm nhóm thực phẩm cần thiết để có sức khỏe tối ưu. Năm tiếp theo, chính phủ Hoa Kỳ chủ trương "Ngày thứ Ba không thịt" để dự trữ thịt cho quân đội chiến đấu trong Thế chiến thứ nhất.

Vào những năm 1950, sự thịnh vượng sau chiến tranh khiến nhu cầu về thịt tăng lên. Với rất ít đồng cỏ mới còn lại để hỗ trợ việc mở rộng đàn gia súc, nông dân bắt đầu chuyển sang trồng ngũ cốc và đậu nành thay vì cỏ để nuôi gia súc. Đến năm 1960, sản lượng đậu tương của Mỹ gần gấp ba lần sản lượng của Trung Quốc.

Năm 1958, Tổng thống Hoa Kỳ Dwight Eisenhower đã ký Đạo luật về Phương pháp giết mổ nhân đạo (HMSA) thành luật dưới sự phản đối của USDA và ngành công nghiệp thịt. Luật nhằm giảm thiểu sự đau đớn của động vật bằng cách bắt buộc gia súc phải bất tỉnh trước khi giết mổ. Việc miễn trừ đã được thực hiện đối với việc giết mổ theo nghi lễ theo luật tôn giáo. Gia cầm được miễn HMSA.

Vào những năm 1970, mối quan tâm của công chúng Hoa Kỳ đối với việc ăn chay ngày càng tăng, được thúc đẩy bởi những cuốn sách như Chế độ ăn kiêng cho một hành tinh nhỏ của Frances Moore Lappe và Giải phóng Động vật của Peter Singer. Năm 1974, Hiệp hội Ăn chay Bắc Mỹ và tạp chí Vegetarian Times được thành lập.

Năm 1980, Tổ chức Đối xử có đạo đức với động vật (PETA) được thành lập để ủng hộ chế độ ăn thuần chay và chấm dứt sử dụng động vật để thử nghiệm, giải trí hoặc làm quần áo. PETA vẫn là một trong những tổ chức bảo vệ quyền động vật lớn nhất thế giới.

Vào ngày 18 tháng 10 năm 1987, Hiệp hội Dinh dưỡng Hoa Kỳ (ADA) đã công bố quan điểm đầu tiên ủng hộ chế độ ăn chay nói rằng, "*chế độ ăn chay được lên kế hoạch phù hợp là lành mạnh, đầy đủ dinh dưỡng và mang lại lợi ích sức khỏe trong việc phòng ngừa và điều trị một số bệnh.*"
Những người ăn chay ở phương Tây công bố ba ưu điểm của chế độ ăn chay như sau:

Ưu điểm 1: Giết động vật để lấy thịt là tàn nhẫn và phi đạo đức.
Việc nuôi nhốt động vật để giết mổ là hành vi tàn ác và nhiều loài động vật ở Hoa Kỳ bị giết mổ một cách không nhân đạo.

Động vật là sinh vật có cảm xúc và kết nối xã hội. Các nghiên cứu khoa học cho thấy gia súc, lợn, gà và tất cả các động vật máu nóng đều có thể bị căng thẳng, đau đớn và sợ hãi. Khoảng 50% thịt được sản xuất tại Hoa Kỳ đến từ các cơ sở chăn nuôi động vật nuôi nhốt (CAFO), nơi những động vật bị ngược đãi sống trong những không gian bẩn thỉu, quá đông đúc và có rất ít hoặc không được tiếp cận với đồng cỏ, ánh sáng tự nhiên hoặc không khí trong lành. Trong CAFO, lợn được cắt đuôi ngắn; gà bị cắt móng chân, cựa và mỏ; và những con bò bị cắt bỏ sừng và cắt đuôi mà không dùng thuốc giảm đau. Lợn mang thai được nhốt trong chuồng mang thai bằng kim loại chỉ lớn hơn lợn một chút. Những con bò con được nuôi để lấy thịt bị trói và nhốt trong những chuồng nhỏ trong suốt cuộc đời ngắn ngủi của chúng (3-18 tuần).

Đạo luật về các phương pháp giết mổ nhân đạo (HMSA) quy định vật nuôi phải bị bất tỉnh trước khi giết mổ để giảm thiểu đau đớn. Tuy nhiên, các loài chim như gà và gà tây được miễn trừ khỏi HMS và một báo cáo của Tổ chức Trách nhiệm Chính phủ Hoa Kỳ (GAO) cho thấy USDA đã không "thực hiện các hành động nhất quán để thực thi HMSA". [65] [66] [90]

Năm 2017 (dữ liệu gần đây nhất hiện có), Hoa Kỳ đã giết mổ tổng cộng 170,6 triệu động vật để làm thực phẩm, bao gồm 124,5 triệu con lợn, 33,7 triệu con bò, 9,2 triệu con gà và 2,4 triệu con cừu. Những con vật này không cần phải chết một cách đau đớn và sợ hãi để thỏa mãn sở thích ăn uống không cần thiết.

Ưu điểm 2: Ăn chay là tốt cho sức khỏe.

Theo Hiệp hội Dinh dưỡng Hoa Kỳ, chế độ ăn chay có thể đáp ứng nhu cầu protein, cung cấp tất cả các axit amin thiết yếu (khối xây dựng của protein) và cung cấp tất cả các vitamin, chất béo và khoáng chất cần thiết. Và, chế độ ăn chay có thể cải thiện sức khỏe của con người.

Theo USDA và Tổ chức Lương thực và Nông nghiệp Liên Hợp Quốc, thịt không phải là một phần thiết yếu trong chế độ ăn uống lành mạnh. Hơn nữa, các nghiên cứu đã liên kết sắt heme có trong thịt đỏ với việc tăng nguy cơ ung thư đại trực tràng, dạ dày và thực quản. Nguồn sắt từ người ăn chay như rau lá xanh và đậu có chứa chất sắt không phải heme.

Thịt cũng có hàm lượng axit thận cao mà cơ thể phải trung hòa bằng cách lọc canxi từ xương, sau đó đi vào nước tiểu và bị mất đi. Có nhiều nguồn canxi chay lành mạnh bao gồm đậu phụ, các loại rau lá xanh đậm như cải xoăn, rau bina và rau xanh cải rổ, cũng như ngũ cốc tăng cường.

Chế độ ăn chay có thể làm giảm nguy cơ kháng kháng sinh đối với vi khuẩn, sỏi thận, sỏi mật, tử vong do bệnh tim, huyết áp cao, tăng huyết áp, đột quỵ, tiểu đường loại 2 và ung thư.

Một số nghiên cứu cho thấy chế độ ăn chay giúp tăng tuổi thọ của những người theo chế độ này từ 3,6 đến 7,28 năm.

Ưu điểm 3: Ăn chay tốt hơn cho môi trường.
Chăn thả gia súc quá mức gây tổn hại đến môi trường thông qua việc nén chặt đất, xói mòn và gây hại cho thực vật và động vật bản địa. Việc chăn thả gia súc cũng gây thiệt hại cho các dòng suối và khu vực ven sông ở miền Tây Hoa Kỳ. Và việc chăn thả gia súc là một yếu tố trong danh sách ít nhất 171 loài động vật và thực vật theo Đạo luật về các loài có nguy cơ tuyệt chủng vì những vùng đất bằng phẳng rộng lớn làm gián đoạn môi trường sống tự nhiên. Việc kiêng ăn thịt sẽ giúp phục hồi đất phù hợp một cách tự nhiên hơn để cung cấp môi trường sống cho thực vật và động vật bản địa.

Ăn chay cũng giúp tiết kiệm nước. Sản xuất một pound thịt bò cần khoảng 1.800 gallon nước, trên một pound thịt lợn cần khoảng 576 gallon, một pound gà tây cần khoảng 486 gallon, và mỗi pound thịt gà cần khoảng 468 gallon. Trong khi đó, một pound đậu phụ chỉ tiêu tốn khoảng 302 gallon.

Ngoài ra, chăn nuôi động vật để lấy thực phẩm còn góp phần gây ô nhiễm không khí và nước. Phân tạo ra hydro sunfua và amoniac độc hại, làm ô nhiễm không khí và lọc nitrat độc vào vùng nước gần đó. Dòng chảy đầy phân bón là nguyên nhân chính gây ra "vùng chết" trong 173.000 dặm đường thủy của Hoa Kỳ, bao gồm cả vùng chết rộng 7.700 dặm vuông ở Vịnh Mexico.

Tóm lại, chế độ ăn chay dẫn đến giảm lượng khí thải nhà kính. Khí nhà kính được tạo ra bởi quá trình lên men trong ruột (hay còn gọi là xì hơi và ợ hơi của động vật), phân hủy phân và nạn phá rừng để nhường chỗ cho động vật chăn thả và trồng thức ăn chăn nuôi. Chế độ ăn kiêng bao gồm thịt gây ra lượng khí thải nhà kính nhiều hơn tới 54% so với chế độ ăn chay. Theo Chương trình Môi trường Liên Hợp Quốc, "***việc thay đổi chế độ ăn uống trên toàn thế giới khỏi các sản phẩm động vật***" là **cần thiết** để ngăn chặn những tác động tồi tệ nhất của biến đổi khí hậu toàn cầu.

CHƯƠNG 11

Y VÀO Ý NGHĨA KHÔNG Y VÀO NGÔN NGỮ

Pháp theo tiếng Bắc Phạn (Sanskrit) là Dharma, tiếng Nam Phạn (Pali) là Dhamma, là một danh từ rất rộng nghĩa. Nó bao trùm và chứa đựng tất cả. Một trong những nghĩa của Dharma là chân lý, là pháp, tức tự tính của vạn vật. Mọi sự vật trên đời này đều là Pháp, vì mọi vật đều phải tuân theo luật tự nhiên của chính nó và dù ở hoàn cảnh nào cũng vẫn giữ được tự tánh bản chất và tùy theo hoàn cảnh để hòa hợp nhưng không thay đổi bản chất. Tất cả kinh điển của Phật nói ra được gọi là Pháp, với mục đích chỉ dạy chúng sinh theo đó mà tu hành sẽ được giác ngộ, giải thoát khỏi vòng sinh tử luân hồi.

Người đời nhiều bệnh, các bệnh lại không giống nhau nên thầy thuốc phải tùy bệnh mà cho thuốc. Đức Phật là Đại Y Vương nên Ngài cũng tùy theo cơ duyên, căn tánh, trình độ của từng chủng loại chúng sinh cao thấp không đều và tùy thời tiết nhân duyên mà thuyết pháp để mọi chúng sinh đều được giác ngộ.

Trong thời kỳ bắt đầu của đạo Phật, do nội dung cách mạng và giải phóng triệt để hầu xóa tan biên giới giai cấp cùng cách phân biệt đối xử rất khắc nghiệt của xã hội Ấn Độ thời ấy, nên nhiều thế lực đã tìm cách phá hoại uy tín của Đức Phật. Cũng do điều kiện khách quan còn nhiều khó khăn, chưa thể hoạt động thật mạnh mẽ ở tất cả mọi phương diện, nên Đức Phật đã phải tùy nghi phương tiện, uyển chuyển cải cách, để vừa hoằng pháp, vừa phát triển, lại vừa sinh tồn.

Vì nhu cầu tu học, nên vấn đề ăn uống cần phải được giản dị, thực phẩm phải được xem như là dược thực, vì thế tăng đoàn thời Đức Phật phải đi khất thực. Khất thực là chính sách thực hành giáo pháp. Các thầy Tỳ kheo phải giữ tâm bình đẳng mà đi khất thực từng nhà, không phân biệt giầu nghèo sang hèn để tạo cho đủ mọi tầng lớp dân chúng đều có cơ duyên thực hành hạnh bố thí cầu phước, nhân dịp đó quý thầy nói pháp khuyên dạy mọi người tu hành.

Pháp khất thực cũng vừa có mục đích phá trừ ngã chấp, vừa tự độ vừa độ tha, lợi mình lợi người lại khỏi mất thời gian mua và nấu nướng thực phẩm. Khi ăn thì phải trộn các món ăn với nhau để không còn phân biệt món này với món khác, món ngon món dở và không phân biệt mùi vị. Mục đích để không còn luyến ái mùi vị thơm ngon, mà chỉ cần ăn để nuôi sống xác thân mà tu hành giải thoát.

Trong hoàn cảnh xứ Ấn Độ hai ngàn năm trăm năm trước đây, dân chúng thì nghèo mà tăng đoàn của Phật thì lại đông, mỗi khi đi khất thực có đến cả ngàn tỳ kheo, làm sao mà có thể có đủ thực phẩm chay. Lại nữa, đã gọi là trải ruộng phước cho mọi người gieo trồng, làm sao có thể từ chối vật thực cúng dường, tạo sân hận cho người có lòng cúng dường. Cho nên sự việc tăng đoàn thọ nhận vật thực cúng dường, dù cho có lẫn thịt cá, hoàn toàn là tình cờ, chư Tăng không hề quan tâm đến món ăn, chỉ cốt có thực phẩm để nuôi dưỡng cơ thể có đủ sức tu hành hoàn thành đạo quả.

Do hoàn cảnh khó khăn kể trên, Phật không đòi hỏi mọi người một cách khắt khe, nhưng nhờ Giới Không Sát Sanh do Ngài ban hành sẽ thấm nhuần từ từ khiến cho mọi Phật tử sẽ ngừng tay chém giết súc sinh, thay thế thực phẩm bằng các thực vật rau đậu, chừng đó họ sẽ cúng dường rau đậu trái cây.

Ngày nay, hai ngàn năm trăm năm đã trôi qua, đời sống toàn thế giới đã tương đối sung túc hơn thời cổ đại. Các vùng sa mạc nay cũng có thể trồng được hoa mầu. Lương thực không còn thiếu thốn như xưa. Dù nghèo, mọi người muốn cúng dường chư Tăng đều có thể thực hiện được vì thực phẩm rau đậu đâu đâu cũng có, vừa tinh khiết lại nhiều chất bổ dưỡng.

Nên nhớ là chư Tăng hoan hỷ nhận lãnh bất cứ gì người Phật tử tại gia vui lòng hiến dâng. Việc ăn thịt cá trong ba trường hợp mà Đức Phật cho phép không còn đúng cho ngày nay, đó chỉ là pháp phương tiện mà Đức Phật uyển chuyển ban hành trong thời kỳ khó khăn nói trên. Chúng sinh có bệnh, Phật cho thuốc cũng phải tùy bệnh, tùy hoàn cảnh, thời đại, cơ duyên, có lúc thuốc phải nhẹ nhàng để thấm từ từ, có lúc bệnh nhân đủ sức chịu đựng thì Phật cho uống liều mạnh để khỏi bệnh luôn, cho nên là Phật tử, chúng ta đọc kinh phải hiểu ý Phật, ý kinh. Đức Phật đã dạy cho chúng ta phải y cứ theo bốn điều: (1) y pháp bất y nhân, (2) y trí bất y thức, (3) y nghĩa bất y ngữ, và (4) y liễu nghĩa kinh, bất y bất liễu nghĩa kinh.

Hay nói một cách khác, tất cả lời Phật đều là pháp phương tiện giáo hóa chúng sinh, pháp đó hợp với lý chân thật của vạn sự vạn vật, nhưng do hoàn cảnh không gian và thời gian sai khác, nên pháp đó có thể phù hợp hay áp dụng được ở một quãng thời gian hay không gian nào đó cho một số chủng loại chúng sinh nào đó, nhưng cũng có thể không phù hợp hay không áp dụng được cho một thời kỳ nào khác hay nơi chốn nào khác cho chủng loại chúng sinh khác.

Ý của Phật có thể ví như là bản chất tự tánh của nước là ẩm ướt, tùy theo nhân duyên hoàn cảnh, dù nước đổ vào bình tròn hóa ra tròn, dù đổ vào bình vuông hóa ra vuông và dù biến thành hơi bay lờ lững trên trời, thì bản chất tự tánh của nước vẫn không thay đổi.

Trong suốt bốn mươi chín năm hóa độ chúng sinh, Ngài chỉ khuyên chúng ta tự hy sinh bản thân để cứu chúng sinh. Trong kinh Phật, không hề có một lời nào khuyến khích bạo lực, trả thù v..v.. Người Phật tử chỉ có một con đường, nếu muốn là Phật tử chân chính, đó là "cứu vớt chúng sinh và không ăn thịt chúng sinh".

Từ lúc đạo Phật có mặt trên quả địa cầu này đến nay, đạo Phật chưa bao giờ dấy khởi chiến tranh, bởi giới luật đầu tiên của Phật là Không Sát Sanh - chẳng những không giết người mà còn trân qúy và bảo vệ sự sống của muôn loài chúng sinh hữu tình lẫn vô tình. Ngài nói rất rõ trong tất cả các kinh điển Phật giáo Nam Truyền cũng như Phật giáo Bắc Truyền là, "*chớ có sát sinh, chớ có khuyến khích sát sanh, chớ có chấp nhận sát sanh, chớ có làm hại các sinh vật nhỏ bé trong nước, thậm chí chớ có đạp trên cỏ xanh."* [*Hòa Thượng Thích Minh Châu, Hãy Tự Mình Thắp Đuốc Lên Mà Đi, Viện Nghiên Cứu Phật Học Việt Nam 1990. Trang 125-126.]*

Do những lý lẽ trình bầy trên, chúng ta không nên cúng dường qúy thầy, qúy sư những thực phẩm không phải là chay, những thực phẩm hay đồ dùng có nguồn gốc từ việc giết hại chúng sinh như thịt cá tôm cua sò ốc, da đồi mồi, da cá sấu, áo lông thú, dày da bò, da trâu, cao hổ cốt và vải lụa dệt bằng tơ tằm.

Nếu như chúng ta cứ cố ý làm như vậy rồi viện lẽ Phật cho phép (y kinh), tức là chúng ta đã không hiểu được ý Phật, không mang ơn Phật mà còn hủy báng Phật và chúng ta tự hủy hoại hạt giống từ bi trong chính chúng ta, chúng ta tự tạo tội cho chính chúng ta. Mua thịt cá ngoài chợ, dù là mua cho mình hay mua cho người khác cũng đồng nghĩa sát sinh như nhau.

Đừng biện hộ nói rằng "*Tôi không giết, không nghe, không thấy. Họ bán thì tôi mua. Đó là tịnh nhục*". Không !! Đừng tự lừa dối mình !! Thời nay không còn tịnh nhục. Thịt cá bán ngoài siêu thị (super market) có **đối tượng rõ ràng, đó là người mua. Vì có người mua nên mới có kẻ bán**. Người mua là lý do thúc đẩy kẻ bán giết con vật, làm sao còn gọi là tịnh nhục được, làm sao có thể nói được là tôi không giết. Hành động mua thịt cá ngoài chợ được xem là một thứ "**ủy nhiệm sát sanh**" (killing by proxy) cũng đồng nghĩa như sát sanh.

Có một số người còn cho rằng Giới Không Sát

Sinh trong năm giới dành cho cư sĩ Phật tử là "giới bất sát nhân" tức "***không giết người***, "có nghĩa là vẫn được giết các sinh vật khác, trừ người ". Quả là một sai lầm vô cùng lớn lao và tai hại. Họ đã hiểu sai, ***không những chữ mà còn ý của Phật*** nữa. Chữ "sinh" trong "***Giới Không Sát Sinh***" có nghĩa là sinh vật hay chúng sinh (sentient being). Chúng sinh, theo Ngài Trần Thái Tông dạy rất rõ cho hàng Phật tử tại gia là hữu tình chúng sinh, tức là tứ sinh nói trong Khóa Hư Lục, nghĩa là sinh vật sinh từ trứng, từ thai bào, từ ẩm ướt và từ hóa sinh.

Còn giới Sát Sinh của Bồ Tát Giới thì quý Phật tử nào đã thọ thì biết, chỉ khởi lên "**ý niệm**" ăn thịt hay ý niệm sát hại đã là phạm giới chứ không phải chỉ khi ăn thịt chúng sinh mới là phạm giới.

Trong đời sống tương đối này, chúng ta ai ai cũng bị chi phối bởi luật nhân quả. Không nhân nào mà không ra quả, chỉ chờ duyên thôi. Cho nên nếu bất đắc dĩ phải làm những nghề liên quan đến sát sinh dù là trực tiếp hay gián tiếp như làm nghề chài lưới, săn bắn, giết heo, mổ gà, mổ bò, bán súng, thì chắc chắn sẽ có ngày lãnh hậu quả, có thể đời nay, hay những kiếp sau. Nên Đức Phật khuyên trong Bát Chánh Đạo hãy chọn một nghề sinh sống không làm tổn hại đến chúng sinh. Đức Phật thương xót đến cả côn trùng không nỡ dẫm lên chúng. Nếu như chúng ta có vì vô tình mà không tránh được việc dẫm lên các con vật nhỏ bé thì chúng ta cũng nên tránh các nghề sát hại chúng sinh như nói ở trên.

CHƯƠNG 12

CHUYỂN ĐỔI CHẾ ĐỘ TỪ ĂN MẶN SANG ĂN CHAY

Từ nhiều chục năm qua, hàng triệu người Hoa Kỳ, Canada, và các quốc gia phát triển trên thế giới, đã theo đuổi chế độ ăn chay nhằm ngăn ngừa bệnh tật. Họ cho hay chế độ ăn này đem lại nhiều điều lợi ích, ăn ngon và bổ dưỡng. Đa số đều cho rằng chỉ một thời gian ngắn, sau khi từ bỏ ăn thịt cá, chuyển sang ăn chay, cảm giác ngon miệng và thèm ăn trở lại. Tuy nhiên, cũng có nhiều người phải trải qua tiến trình thay đổi dài vì đối với họ tập quán ăn thịt đã in sâu trong tiềm thức, khó gột rửa trong thời gian ngắn.

Điều quan trọng là chúng ta phải tiến hành từng bước, không nên quá đột ngột thay đổi. Trong bài này chúng tôi sẽ đề cập đến tiến trình thay đổi từ từ bằng cách tái điều chỉnh khẩu vị của chúng ta với những thực phẩm mới.

Trước hết chúng ta nên từ bỏ quan niệm sai lầm chung là tập quán không bao giờ thay đổi được. Những chứng minh của đa số người nghiện thuốc lá cho hay họ đã từ bỏ được vì họ có quyết tâm và sự cố gắng thực hành nhiều lần. Đối với những người béo (mập) cũng vậy, nếu không có ý chí và cố gắng nhiều lần thì không bao giờ giảm mập được. Vì thế chúng ta có thể thay đổi tập quán ăn uống nếu chúng ta quyết tâm và chịu khó lập đi lập lại sự quyết tâm đó.

THAY ĐỔI KHẨU VỊ

Bước đầu tiên trong tiến trình chuyển đổi chế độ ăn uống từ thịt cá qua chế độ ăn rau đậu là thay đổi khẩu vị. Các món ăn như thịt nướng, cá chiên, mì xào, burgers, gà chiên, và khoai tây chiên (French fries) đã hấp dẫn chúng ta vì đã quen ăn từ bao nhiêu năm.

Từ nhỏ chúng ta đã được cha mẹ cho ăn những thức ăn như thế và theo quan niệm của một số tôn giáo, có thể từ những kiếp trước chúng ta cũng được cho ăn như vậy, thói quen cứ lập đi lập lại thành tập quán khó từ bỏ.

Thật ra, việc thay đổi tập quán ăn uống dễ hơn tập quán hút thuốc lá hay bất cứ tập quán nào khác, bởi vì có rất nhiều loại thực phẩm tốt cho sức khỏe (healthy foods) có thể thay thế cho các thực phẩm cá thịt chúng ta đang ăn. Vì thế, chúng ta hãy quyết tâm phá vỡ tập quán ăn thịt. Chúng ta hãy tái điều chỉnh khẩu vị thích mỡ béo, thích mùi thơm ngon do mỡ thịt đem lại. Nếu bạn thích phết bơ vào bánh mì, khoai tây nướng hay món rau, hãy cố gắng phết ít đi hay bỏ luôn. Sau vài lần từ bỏ, bạn sẽ thấy khẩu vị ít chất béo của bạn thay đổi trong chiều hướng mới. Những thứ khác cũng thế.

Đối với những người Tây phương hay những ai chịu ảnh hưởng nền ẩm thực Âu Mỹ thì có lẽ bơ sữa và các phó sản của chúng là loại thực phẩm khó từ bỏ nhất, vì hầu như mọi người đều có mối liên hệ mật thiết với loại thực phẩm đã nuôi nấng mình từ nhỏ. Do đó phải có thời gian, mới thay đổi được sự phụ thuộc vô thức này. Nếu bạn uống sữa bò hàng ngày, hãy giảm độ béo của sữa từ whole milk, qua low fat milk rồi từ low fat milk qua soy milk rồi cuối cùng là low-fat soy milk. Từ loại có đường rồi đến loại ít hay không đường.

Đối với những bạn thích ăn các loại thức ăn nhanh có mùi vị burger hay hâm khói (smoked), hãy ăn thử soy-burgers, shiitake mushroom burgers, soy sausages, soy-ham, soy-beacon, và soy-hot-dogs do các công ty sản xuất thực phẩm Hoa Kỳ chế tạo như Garden Burgers, Morningstar Farms, Green Giant Harvest, Worthington, và Loma Linda. Đây là những thức ăn chay, biến chế cho phù hợp với khẩu vị người Hoa Kỳ, được làm bằng tổng hợp thực phẩm đậu nành, gạo lứt, nấm rơm và các thứ thực vật tốt khác. Các nhà sản xuất đã lọc bỏ chất béo thực vật mà thường là loại polyunsaturated fat nên các loại thực phẩm này có ít chất béo hay không có chất béo cũng như chất cholesterol.

Những bạn quen với mùi vị Tàu như ngũ vị hương có thể mua các thức ăn chay biến chế do Đài Loan, Hong Kong và Việt Nam chế tạo. Riêng các món chay Nhật Bản không có mùi vị Tàu, ăn ngon nhưng đắt tiền hơn và có nhiều chất bột ngọt MSG (monosodium glutamate). Các siêu thị Á Đông nào cũng có ít nhất một quầy bán thực phẩm chay. Tuy nhiên, các loại thực phẩm biến chế này chỉ nên ăn hạn chế trong thời gian chuyển tiếp, sau khi đã hoàn tất tiến trình chuyển đổi nên cắt hoàn toàn những thức ăn này trong thực đơn hàng ngày của bạn.

Đường và đồ ngọt khó bỏ hơn thịt cá. Bạn nên chuyển dần sang dùng các loại chất ngọt tự nhiên để cơ thể có khả năng tự điều chỉnh lượng đường trong máu.

Khẩu vị mới cần phải được lặp đi lặp lại là việc làm quan

trọng. Mùi vị sữa đậu nành cho những người mới uống lần đầu rất là lạ cũng như các thực phẩm đậu hũ chiên hay luộc cũng thế. Sự cố gắng là điều cần thiết, trước lạ sau quen.

NGUYÊN TẮC THAY ĐỔI

Thiết lập kế hoạch ăn thực phẩm rau đậu cho có đầy đủ chất bổ dưỡng để bảo vệ sức khỏe và ngăn ngừa bệnh tật không có gì là khó khăn. Theo bác sĩ Neal Barnard, chủ tịch Hiệp Hội Y Sĩ Trách Nhiệm Hoa Kỳ, có ba nguyên tắc chính là: (1) Thay thế các thực phẩm có nguồn gốc thịt động vật (animal sources) bằng các thực phẩm có nguồn gốc thực vật (plant foods).

(2) Thay thế các thực phẩm tinh lọc (refined foods) bằng thực phẩm nguyên chất (unrefined foods).

(3) Thay thế các thực phẩm đóng hộp bằng thực phẩm tươi (fresh), đông lạnh (frozen) và khô.

TIẾN TRÌNH THAY ĐỔI

Thật ra tiến trình thay đổi từ chế độ ăn thịt cá sang chế độ ăn chay không khó lắm. Có nhiều người bỏ thịt cá ngay, có nhiều người ăn dặm thực phẩm rau đậu một thời gian ngắn và cũng có nhiều người ăn dặm thực phẩm rau đậu một thời gian dài rồi sau đó mới từ bỏ hẳn thịt cá.

Có nhiều cách để thay đổi tập quán ăn uống tùy theo hoàn cảnh và cường độ thói quen. Dưới đây, chúng tôi đưa ra hai đường lối loại bỏ tập quán ăn những thực phẩm không tốt cho sức khỏe do bác sĩ Neal D. Barnard, M.D., người đứng đầu Hội Đồng Y Khoa "Physicians Committee for Responsible Medicine", gồm 3.400 bác sĩ y khoa Hoa Kỳ đề ra:

(1) Dùng thực phẩm chuyển tiếp: Thực phẩm chuyển tiếp (transition foods) có thể giúp cơ thể chúng ta dễ dàng chấp nhận trong lúc có sự thay đổi lớn lao và cấp thời từ chế độ dinh dưỡng thịt cá nhiều mỡ béo thơm ngon qua chế độ ăn thực phẩm rau đậu ít chất béo, ít thơm ngon nhưng nhiều bổ dưỡng.

Thật ra thực phẩm chuyển tiếp là những thực phẩm chay biến chế, lấy từ nguồn thực vật, cho phù hợp với khẩu vị người Tây Phương, như soy-burgers, soy-ham, soy-hot-dogs, soy-beacon... ngay cả cà rem cũng làm bằng tofu. Những thứ này có mùi vị quen thuộc nên dễ dàng thích hợp khẩu vị của chúng ta, để xa dần những thứ thịt cá không tốt cho sức khỏe.

Các cửa hàng thực phẩm "health food stores" và một số siêu thị có bày bán rất nhiều thực phẩm chay biến chế không có nguồn gốc thịt động vật, có thể giúp bạn rất nhiều trong việc chuyển đổi chế độ dinh dưỡng từ thịt cá qua thực phẩm rau đậu. Những thực phẩm này, từ burgers cho đến ribs, được làm từ protein đậu nành, gạo lức, nấm rơm và các thứ rau đậu khác, ăn ngon gần như những món ăn thịt cá mà bạn vẫn ăn trước đây. Chúng cũng được dùng trong các nhà hàng chay, trong các bữa tiệc thịnh soạn để thiết đãi bạn bè trong các dịp lễ và ăn picnic ngoài trời.

Vì cần cung ứng cho nhiều sở thích khác nhau, nên các nhà sản xuất cũng chế ra nhiều loại thực phẩm có độ béo khác nhau, fat, low-fat, và non-fat. Bạn có thể thử cả ba loại để tự mình biết rằng loại fat bao giờ ăn vẫn thấy ngon và đậm đà. Vì thế bạn nên giảm từ từ, từ fat, đến low fat. Chúng tôi sẽ bàn thêm chi tiết trong bài nói về thực phẩm biến chế.

(2) Kế hoạch năm bước: Kế hoạch này trực tiếp phá vỡ tập quán ăn thịt cá của chúng ta. Hãy áp dụng từ một tháng đến vài tháng cho mỗi bước trước khi bước qua bước kế tiếp. Tuy nhiên đừng dừng quá lâu ở một bước. Lợi ích lớn nhất đạt được do bởi hoàn thành năm bước, chứ không phải nơi từng bước.

Bước thứ nhất: Thêm vào thức ăn hàng ngày là ngũ cốc nguyên chất (whole grains) và đậu (legumes). Bạn có thể thay vì ăn hai bữa cơm gạo trắng một ngày bằng cách ăn một bữa gạo trắng và một bữa gạo lứt tẻ hay lứt nếp nấu với đậu lentil, split green peas, hay đậu xanh nguyên vỏ (mung bean). Sáng thay vì ăn sáng bằng bánh mì Pháp hay bánh mì lát nên thay thế bằng loại bánh mì lát whole grains hay cháo yến mạch (hot oatmeal). Tất cả những thứ này đều có chứa nhiều carbohydrate và fiber, lại ít chất béo và không cholesterol.

Bước thứ hai. Thêm nhiều rau tươi và trái cây. Giống như whole grains và đậu, chúng cũng có nhiều chất carbohydrates, fiber và không chất béo cũng như không cholesterol. Rau ở dạng đông lạnh cũng tốt như rau tươi.

Bước thứ ba. Loại bỏ thịt bò, heo, gà, cá, và tôm. Làm như vậy là bạn đã loại bỏ những nguồn gốc gây bệnh là chất béo, chất cholesterol, và calories. Bước này rất quan trọng. Phải hoàn toàn loại bỏ hết những thứ không tốt cho sức khỏe trong giai đoạn này. Vương vấn trong miệng và trong tâm tưởng một ít thịt, một ít cá thường là có khuynh hướng gia tăng số lượng ăn thịt cá trong tương lai. Loại bỏ hết thịt cá trong bước này giúp việc chuyển đổi dễ dàng hơn. Bạn có thể dùng thử một số thực phẩm chay chuyển tiếp ở giai đoạn này.

Bước thứ tư. Loại bỏ trứng, sữa và các phó sản của sữa như cheese, cream, yogurt, whey và casein. Các thực phẩm này chứa nhiều chất béo bão hòa và chất cholesterol và có thể mang nhiều mầm mống độc hại khác.

Bước thứ năm. Giảm thiểu dầu thảo mộc (oil vegetable) ngoại trừ dầu olive oil. Thay vì dùng dầu để chiên, hãy áp chảo nóng với thật ít dầu và nên dùng loại dầu canola. Loại bỏ việc thêm dầu vào thực phẩm. Tránh không dùng các thực phẩm high-fat foods như là potato chips, french fries, và oily salad dressings.

Bạn đừng lo lắng về protein, nếu hàng ngày bạn uống một ly sữa đậu nành, ăn từ hai đến ba chén cơm gạo lứt, một chén súp đậu lentil hay đậu đen, một lát đậu hũ luộc, và các loại rau trái tươi thì cơ thể của bạn nhận đủ lượng protein cần thiết.

Nhiều protein sẽ không tốt cho cơ thể vì làm gia tăng tính độ acid và có thể sinh ra nhiều thứ bệnh tật. Nên biết, ở trạng thái bình thường, máu trong cơ thể con người phải ở trong tình trạng trung hòa tính độ acid và kiềm (base), độ đo pH là 7.41 - điều kiện này cho phép tiến trình hóa học của cơ thể hoạt động một cách hữu hiệu nhất và tất cả chất thải hồi của tiến trình này đều bị khử diệt nhanh chóng.

Nếu ăn nhiều thực phẩm có tính acid thì tính độ acid trong cơ thể gia tăng, do đó những bộ phận thanh lọc máu như gan, lá lách, thận và tim sẽ phải hoạt động nhiều hơn bình thường, dễ bị suy yếu và sinh ra các bệnh về tim mạch, các bệnh về cơ thần kinh, hạch tuyến, và bệnh tiểu đường. Đó là chưa kể đến việc mất calcium vì khi ăn nhiều thức ăn có tính độ acid cao, cơ thể phải lấy chất calcium từ xương để hóa giải acid, cầm giữ mức độ trung hòa pH trong máu.

Khi pH trong máu giảm xuống dưới 7.35 cảm giác con người bị suy giảm, cơ thể uể oải, lười biếng, dễ chóng mặt, buồn nôn nhức đầu và có thể bất tỉnh nếu pH xuống thấp 7.0. Ấy là chưa kể những độc tố chưa được thải hồi sẽ tích tụ ở đâu đó trong cơ thể.

Vì thế nên tránh tối đa những thức ăn có khả năng gia tăng tính độ acid như các thức ăn (1) Gốc thịt động vật, trà, cà-phê, rượu, các loại gia vị, các thức ăn ngâm giấm, ngâm muối, dầu mỡ đường, các loại thức ăn chiên xào, và các loại tinh bột biến chế, và (2) Nên ăn những thực phẩm có tính cách gia tăng tính độ kiềm (akaline), có tác dụng trung hòa acid như các loại rau, các loại trái cây, (3) Các loại hạt đậu, đặc biệt là đậu nành, cà chua, chuối, táo là những loại có tính kiềm nhiều nhất, trái figs có chứa một loại enzyme đặc biệt gọi là ficin có khả năng hóa giải các độc tố trong máu và một chất khác gọi là seratonin có khả năng bồi bổ trí óc. Tuy nhiên nếu ăn nhiều thực phẩm có tính độ kiềm, (độ pH trong máu gia tăng) cũng đưa tới các bệnh về đường ruột. Khi độ pH trên 7.45 hệ thần kinh trở nên bị kích động, dễ bị kinh phong, nhức đầu và chóng mặt.

CHƯƠNG 12

THAY LỜI BẠT

NHÌN LẠI 44 NĂM CHUYỂN ĐỔI CHẾ ĐỘ ĂN UỐNG

Chúng tôi đã chuyển đổi chế độ ăn uống từ cách ăn truyền thống của ông bà tổ tiên, tức ăn thịt cá sang ăn thuần rau đậu củ quả được đúng 44 năm. Một thời gian tương đối đủ dài để có thể thẩm định kết quả của một quá trình thay đổi cơ thể con người từ vật chất đến tinh thần tức từ tâm đến thân.

Khi quyết định từ bỏ ăn thịt cá, khá nhiều người thân và bạn bè tỏ ra quan tâm đến sức khỏe của chúng tôi. Ngay cả chị ruột của chúng tôi, khi chúng tôi về thăm quê nhà, chị ấy nói "*cậu mợ ở bên đó, người ta ăn sơn hào hải vị, thịt cá ê hề, sao mà cậu mợ ăn uống tương chao kham khổ thế, liệu có đủ sức khỏe không?*"

Có thể nói không sai, hầu hết mọi người, kể cả một số bác sĩ y khoa, dường như đều có quan niệm rằng thức ăn chay thiếu chất bổ dưỡng và việc ăn chay có thể gây ra nhiều bất tiện hơn so với việc ăn thịt và cá mà mọi người hiện nay ăn.

Quan niệm truyền thống văn hóa ẩm thực người Việt mình bị ảnh hưởng bởi văn hóa ẩm thực người Trung Hoa. Họ cho rằng thực phẩm như thịt có tính chất làm ấm cơ thể, rất quan trọng để tăng cường thể lực; Vì thế trong suy nghĩ của họ thức ăn được chế biến từ thịt tốt hơn và ngon hơn, có lợi cho cơ thể con người cùng với việc bù đắp sự thiếu hụt dinh dưỡng mà họ nghĩ rằng rau đậu ngũ cốc không thể cung cấp đầy đủ.

***

Quá trình chính thức chuyển đổi chế độ ăn uống của chúng tôi bắt đầu từ một câu nói của nhà tôi "*ăn chay luôn đi anh*" sau khi chúng tôi hoàn tất tháng 7 ăn chay. Thế là chúng tôi ăn chay trường luôn từ đó, cách nay gần nửa thế kỷ. Một cuộc chuyển đổi chế độ dinh dưỡng mà chúng tôi cho rằng ngoạn mục, kỳ diệu, âm thầm lặng lẽ từ trong cơ thể ra ngoài, không khó khăn, không phản ứng, không xét lại. Cứ thế mà tiến tới.

Mãi một thời gian sau chúng tôi mới nghiệm ra rằng có lẽ do nhân duyên, nghiệp quả của chúng tôi tốt, chúng tôi có nhiều nét tương đồng, đồng cảm với muôn loài, yêu cỏ cây hoa lá, không nỡ giết hại, gây đau khổ cho các loài vật chỉ để bồi bổ cho cơ thể mình hoặc thoả mãn vị giác. Vì thế việc chuyển đổi chế độ dinh dưỡng từ thịt cá sang thuần rau đậu củ quả dễ dàng.

Cái kết của việc chuyển đổi, có lẽ không chỉ là an lạc nội tâm, mà còn là sức khoẻ thể chất được tốt đẹp. Cho đến nay, ở tuổi 82 chúng tôi không bị "*ba cao một thấp*". Khoa học cho biết nhiều căn bệnh thời hiện đại như gout, tim mạch, mỡ máu... đều trực tiếp hay gián tiếp liên quan tới việc tiêu thụ quá nhiều thịt. Mỗi năm chúng tôi chỉ phải đến phòng mạch bác sĩ gia đình ở Hoag Medical Center và phòng thí nghiệm Quest một lần để kiểm tra định kỳ sức khỏe toàn diện. Kết quả cho biết tất cả các chỉ số xét nghiệm máu đều ở trong **trạng thái bình thường** tức ở trong khoảng giới hạn y khoa cho phép. Như chỉ số máu tổng quát CBC, chỉ số bạch cầu WBC, LYM, NEUT, MONO, EOS và BASO; chỉ số hồng cầu RBC, RDW, HBG, HCT, MCV, MCH, MCHG..., chỉ số đường huyết A1C, hàm lượng cholesterol và triglyceride, chỉ số men gan AST và ALT...v..v..Điều này cho thấy kết quả tuyệt vời của một quá trình thay đổi chế độ dinh dưỡng.

Chưa hết, việc chuyển đổi chế độ ăn uống của chúng tôi từ đỏ sang xanh, tức từ thịt đỏ, sang các loại thực phẩm có nguồn gốc từ thực vật mà chúng tôi nghĩ rằng còn gián tiếp giúp cho bầu khí quyển bớt nóng lên, cho quả đất dừng thiên tai, cho cánh rừng xanh Amazon – lá phổi của hành tinh, nơi cung cấp khí oxy cho bầu khí quyển chung của Trái Đất bớt bị cháy, vì người ta muốn đốt rừng để nuôi bò xẻ thịt cung cấp cho những người ăn thịt.

Dẫu rằng chúng tôi chỉ như một cọng cỏ, một hạt cát nhỏ bé nhưng vẫn có thể tạo nên những ảnh hưởng nhất định nào đó đến thế giới này với mỗi suy nghĩ và hành động nhỏ bé nhất đó sẽ tựa như hiệu ứng cánh bướm - một cái đập cánh của con bướm cũng có thể gây ra những thay đổi nhỏ trong bầu khí quyển Trái Đất, và sẽ dẫn tới trì hoãn hay thúc đẩy sự hình thành của một cơn lốc xoáy ở khoảng cách xa tới hàng nghìn cây số.

Riêng về mặt tâm linh, vì nó liên quan đến sát sanh và nhân quả, sẽ rất khó để cố gắng chứng minh sự tồn tại của khái niệm nhân quả này, và nó thậm chí có thể nghe hơi xa vời. Tuy nhiên, xét về mặt đời sống này, những hậu quả tiêu cực của việc ăn thịt bao gồm xơ cứng động mạch, bệnh tim, huyết áp cao, bệnh não, đột quỵ, sỏi mật, xơ gan và ung thư. Trong tất cả các bệnh này, người ta đã xác định được mối liên hệ nhân quả giữa mỡ động vật và cholesterol. Do đó, trên thực tế, hậu quả của việc ăn thịt là ngay lập tức và rõ ràng.

Có lẽ nhờ giữ giới không sát sanh, không làm những việc tổn hại đến mạng sống của chúng sinh từ tư tưởng, lời nói đến hành động **qua việc ăn chay**, nên mọi việc trong đời sống hàng ngày của chúng tôi đều được hạnh thông, từ việc lớn đến việc nhỏ, mọi tai nạn đều được tránh khỏi, có khi nặng hóa thành nhẹ, và nhẹ biến thành không.

Nói một cách cụ thể không bóng bẩy hoa mỹ, việc chuyển đổi chế độ ăn uống từ thịt cá qua rau đậu củ qủa của chúng tôi là một quyết định vô cùng sáng suốt, đúng đắn. Chúng tôi đã lựa chọn một lối sống lành mạnh và bền vững, luôn giữ được thân tâm trong sạch và sự thanh tịnh này là nền tảng quan trọng trong việc tu dưỡng bản thân và tu học Phật Pháp của chúng tôi.

PHỤ LỤC

Bài Thuyết Trình của Cư sĩ Tâm Diệu tại Phật Học đường Vạn Hạnh Chùa Quốc Tế Online lúc 5 giờ chiều giờ miền Tây Hoa Kỳ ngày 18-12-2004 (8 giờ sáng giờ Việt Nam ngày Chủ Nhật 19-12-2004)

Nội dung của buổi thuyết trình ngày hôm nay của chúng tôi gồm có ba phần: (1) ăn chay qua lăng kính khoa học tức quan niệm về ăn chay của người Tây phương, (2) ăn chay trong đạo Phật, và (3) trả lời những thắc mắc liên quan đến vấn đề ăn chay.

Trước khi đi vào ba đề mục chính, chúng tôi xin nói sơ qua về từ ngữ "ăn chay".

Ý NGHĨA CỦA CHỮ ĂN CHAY

Theo quan niệm dân gian của người Việt Nam chúng ta, khi

nói đến ăn chay là ăn những chất thanh tịnh, không ăn thịt cá và các thứ cay nồng thuộc loại ngũ vị tân (hành, hẹ, tỏi, kiệu và hưng cừ). Nếu dùng cá thịt và ngũ vị tân, người ta gọi là ăn mặn. Nhưng thật ra, chữ "Chay" nguyên ủy vốn là chữ "Trai", có nghĩa là thanh tịnh.

Chữ Trai còn có nghĩa là thời thực, tức là ăn trước giờ Ngọ, nếu ăn quá ngọ gọi là phi thời thực. Thời đại Phật Giáo Nguyên Thuỷ và thời đại bộ phái Phật giáo, Trai thực là chỉ bữa ăn trước giờ Ngọ. Thời đại Phật Giáo Phát Triển tức Phật Giáo Bắc Truyền hay Phật Giáo Bắc Tông, phát khởi từ ý tưởng từ bi không giết hại sinh mạng chúng sinh, Trai thực chuyển sang nghĩa Tố thực. Tố thực nghĩa là không ăn thịt. Giờ đây nói ăn chay, trì trai là theo nghĩa này.

Đối nghịch với chữ ăn chay là ăn mặn. Ăn mặn ở đây không có nghĩa là ăn muối nhiều mà là "Ăn Mạng" để chỉ sự ăn sinh mạng các loài động vật. Lâu ngày người ta nói trại ra thành ăn mặn, hay cũng là để tránh chữ ăn mạng (chúng sinh), nghe không được thoải mái.

Đối với người Hoa Kỳ, những người ăn chay gọi chung gồm hai loại là vegetarian và vegan. Từ ngữ vegetarian dùng để chỉ những người không ăn thịt các loài động vật. Thịt động vật được họ định nghĩa là thịt các loài sinh vật có cảm giác và tự cử động được, tức là các sinh vật biết đi, biết bò, biết cọ quậy, biết bay và biết bơi. Nhưng họ có thể ăn trứng và uống sữa. Còn vegan là những vegetarian không ăn trứng, không uống sữa và các thực phẩm làm bằng sữa như bơ, phó mát, tóm lại, vegan không dùng bất kỳ chất gì được lấy ra từ cơ thể loài vật.

Kính thưa quý vị, thưa các bạn,

Hiện nay ở Việt Nam, có một vị giảng sư trong giảng sư đoàn của giáo hội đề nghị chúng ta không nên dùng từ ngữ ăn chay và ăn mặn cũng như từ ngữ Tiểu Thừa và Đại Thừa; vì những từ ngữ này có tính cách chia rẽ, kỳ thị. Chúng tôi đã suy nghĩ mãi mà cũng chưa tìm ra từ ngữ thích hợp để thay thế từ ngữ ăn chay nên vẫn giữ nguyên chữ ăn chay trong bài thuyết trình này.

PHẦN THỨ NHẤT

ĂN CHAY QUA LĂNG KÍNH KHOA HỌC

MỤC ĐÍCH CỦA SỰ ĂN CHAY

Mục đích ăn chay của phần lớn người Hoa Kỳ nói riêng và người Tây Phương nói chung là bảo vệ sức khoẻ và bảo vệ môi sinh. Người Tây phương mà chúng tôi nói ở đây là người dân thuộc các nước Bắc Mỹ, nước Australia, Tân Tây Lan, và Âu Châu. Những công trình nghiên cứu khoa học đã so sánh hai chế độ ăn uống -- chế độ ăn thịt và chế độ ăn chay -- và họ đã tìm ra nhiều bằng chứng cho thấy chế độ dinh dưỡng chay có nhiều lợi ích sức khoẻ hơn là chế độ ăn thịt.

Theo những nghiên cứu này thì ăn chay không những giúp thân thể được khỏe mạnh, tinh thần vui tươi mà sẽ làm cho thế giới trở nên tốt đẹp hơn. Họ trưng ra những kết quả của sự nghiên cứu, thí dụ như, khi nhu cầu ăn thịt giảm, người ta sẽ không duy trì những trại chăn nuôi khổng lồ mà chất phế thải đã làm ô nhiễm không khí và nước uống; các chất sát trùng và chất hóa học dùng để tẩy rửa cơ sở chăn nuôi, chuồng trại, đã làm cằn cỗi đất đai, làm thay đổi bầu khí quyển; súc vật ăn mười phần ngũ cốc để sản xuất được một phần thịt đã làm hao tốn thực phẩm lẽ ra có thể được dùng để cung cấp cho dân chúng của những xứ nghèo đói.

Các nhà khoa học đã tính "cứ mỗi pound thịt bò bạn ăn là 220 square feet rừng cây nhiệt đới vùng Trung Mỹ bị phá hủy và sự phá hủy này đã cung cấp 500 pounds khí cạc-bon đai-ốc-xai vào bầu khí quyển". Bác sĩ Neal D. Barnard, chủ tịch Ủy Ban Y Sĩ Trách Nhiệm Y Khoa Hoa Kỳ, cũng đã nhấn mạnh rằng, "*nếu bạn là người ăn thịt, bạn đang góp phần vào việc phá hủy môi trường sinh sống trên trái đất, dầu bạn biết hay không biết*."

PHÂN LOẠI ĂN CHAY

Hiện nay có nhiều loại ăn chay khác nhau trên thế giới, nhưng đi vào chi tiết thì có năm loại ăn chay được sắp loại theo nhu cầu và sở thích. Trước đây các nhà dinh dưỡng phân ra làm bốn loại ăn chay, nay thêm một loại ăn chay nữa hiện khá phổ biến tại Hoa Kỳ. Năm loại ăn chay đó là:

(1) **Vegan** (ăn chay thuần tuý tức ăn chay ròng): Những người này không ăn các thực phẩm có nguồn gốc từ các loài động vật, tức là không ăn bất cứ loại thịt động vật nào, không ăn trứng, không uống sữa và không ăn các sản phẩm của sữa, không ăn mật ong, cũng như không tiêu dùng các vật dụng có liên hệ tới sự sống của con vật như mặc áo lụa dệt bằng tơ, áo len dệt bằng lông cừu, áo lông thú, mang giầy, bóp, ví bằng da cá sấu, hoặc da bò.

(2) **Lacto Vegetarians** (ăn chay có sữa): Những người này không ăn thịt động vật và trứng, nhưng dùng thêm sữa và các

phó sản của sữa như bơ, phó mát.

(3) **Ovo Vegetarians** (ăn chay có trứng): Những người này không ăn thịt động vật và không uống sữa, nhưng cò dùng thêm trứng.

(4) **Lacto-Ovo Vegetarians** (ăn chay có trứng và sữa): Những người này không ăn thịt động vật, nhưng ăn trứng, uống sữa và các phó sản của sữa như bơ, phó mát.

(5) **Partime vegetarians** (ăn chay bán phần) hay còn gọi là ăn chay uyển chuyển (flexitarians).

Hiện nay tại Hoa Kỳ, có khoảng 12 triệu rưỡi người ăn chay. Chủ nghĩa ăn chay đang đi vào dòng sinh hoạt chính của người dân Hoa Kỳ và có khuynh hướng thịnh hành ở các nước đang phát triển.

Vậy thử hỏi ăn chay có lợi ích gì mà càng ngày càng nhiều người ăn chay?

SỰ LỢI ÍCH CỦA SỰ ĂN CHAY

Ở miền Nam California có một bệnh viện khá nổi tiếng thuộc viện đại học University of Loma Linda. Đó là bệnh viện Loma Linda, mang tên thành phố Loma Linda, một tỉnh nhỏ không xa quận Cam của người Việt. Bệnh viện và viện đại học đều thuộc giáo phái Tin Lành Cơ Đốc Giáo (Seventh-Day Adventist). Tín đồ đạo này chủ trương ăn chay, tuy rằng họ cũng ăn chay theo nhiều kiểu khác nhau như trên đã nói. Gần trường đại học là một siêu thị lớn cũng mang tên Loma Linda, bán toàn đồ chay, không bán thịt cá, không bán rượu và thuốc lá. Một điều khá đặc biệt là bệnh nhân cũng như đa số bác sĩ và nhân viên bệnh viện ở đây đều ăn chay. Theo các cuộc nghiên cứu độc lập cho biết tín đồ thuộc giáo phái này ít bị chết vì bệnh tim hơn số đông người Mỹ khác. Các nhà khoa học, sau nhiều chục năm nghiên cứu đã tìm thấy nhiều bằng chứng là ăn chay có những điều lợi như sau:

(1) Bớt bị bệnh tim mạch

Những người ăn chay, nhất là ăn chay thuần tuý, có hàm lượng cholesterol rất thấp. Điều này cũng dễ hiểu, vì thực phẩm chế tạo từ nguồn thực vật không những không có cholesterol, mà cũng có rất ít chất béo bão hòa (saturated fat), là nguyên do chính làm tăng cholesterol "xấu" ở trong máu. Vì vậy nếu muốn giảm bớt rủi ro bị bệnh tim mạch như tai biến mạch máu não, bị stroke, thì ăn chay rất có lợi. Tuy vậy cũng cần nhớ là có một số thực vật như dầu dừa, nước cốt dừa hay dầu palm chẳng hạn, có rất nhiều chất béo bão hòa (không tốt). Ngoài ra ăn chay loại ăn trứng uống sữa mà lạm dụng ăn nhiều trứng, uống nhiều sữa, thì vừa mập lại vừa dễ cao cholesterol.

(2) Bớt bị bệnh cao áp huyết

Nhiều cuộc nghiên cứu khoa học và thống kê cho thấy người ăn chay thường có huyết áp bình thường, đôi khi thấp hơn bình thường. Nguyên do tại sao ăn chay lại phòng ngừa được chứng cao áp huyết thì chưa biết được chính xác. Tuy nhiên, cũng có thể do lối sống hàng ngày của người ăn chay, có những người ăn chay, (không phải là tất cả) có cuộc sống rất đơn giản thoải mái, chỉ riêng điều này cũng giúp cho huyết áp bình thường rồi.

(3) Bớt bị bệnh đường ruột

Người ăn chay ít bị táo bón. Điều này cũng dễ hiểu vì thực phẩm gốc thực vật có nhiều chất xơ (fiber), lại có số lượng nhiều và mềm hơn, lưu thông qua đường ruột mau hơn. Thêm vào đó, những người ăn chay ít bị bệnh màng ruột mọc chồi (diverticulosis), tức là có những túi, bọng nhỏ lồi ra từ màng ruột, nhiều khi sinh viêm, đau bụng như đau ruột dư.

(4) Bớt béo phì

Người ăn chay ít bị mập, một phần vì thực phẩm rau đậu nhiều chất xơ hơn, dung lượng lớn hơn, nên ăn nhiều nhưng không thu nhập nhiều năng lượng calori vào cơ thể. Tuy nhiên, nếu dùng nhiều đường và tinh bột, sẽ sinh nhiều năng lượng (calori) mà cơ thể không hoạt động đủ để tiêu xài năng lượng thì sẽ sinh mập và từ đó sinh ra các vấn đề sức khỏe khác. Việc béo phì và tăng mỡ máu ở những người ăn chay trường là do chế độ ăn chay thiếu cân đối, không đúng phương pháp; quá thừa chất đường và tinh bột dẫn đến việc tạo nên quá nhiều mỡ thực vật trglyceride. Trong khi đó, cholesterol lại có xu hướng thấp hơn và làm giảm nhiều cholesterol có lợi, còn cholesterol xấu lại tăng lên. Cũng nên nói thêm, không phải cứ ăn chay mà có cơ thể thon gọn. Nhiều người ăn chay nhưng lại thiếu vận động cơ thể và đã kiêng thịt, kiêng tôm cá mà lại đi ăn những thức ăn chiên xào nhiều dầu chẳng hạn và ăn tráng miệng sau bữa ăn bằng bánh ngọt với cà rem thì lại còn nhiều calori hơn thịt nữa.

(5) Bớt bị bệnh ung thư vú, ung thư kết tràng và ung thư nhiếp hộ tuyến

(6) Bớt bị bệnh xốp xương

(7) Bớt bị bệnh tiểu đường

Theo Học Viện Quốc Gia Bệnh Tiểu Đường-Tiêu Hóa và Thận (the National Institute of Diabetes and Digestive and Kidney Diseases), một chương trình luyện tập thể dục đều đặn kết hợp với một chế độ ăn chay có thể giảm 58% nguy cơ bị bệnh tiểu đường loại II và tỏ ra hiệu quả hơn việc uống thuốc.

Theo các nhà khoa học cho biết ăn chay, nhưng mà phải ăn chay đúng cách, đúng phương pháp mới mang lại nhiều lợi ích cho sức khoẻ như chúng tôi vừa trình bày. Nếu theo được chế độ ăn chay có ít cholesterol, ít chất béo bão hoà, nhiều chất béo không bão hoà, nhiều vitamin C, E … sẽ giúp chống oxy hóa, giảm hàm lượng cholesterol trong máu và giúp ngăn ngừa được nhiều thứ bệnh.

Nếu ăn chay không đúng cách, không đúng phương pháp có thể dẫn đến tình trạng béo phì và bệnh tiểu đường, cũng như các bệnh về tim mạch. Thực phẩm chay ngày nay được biến chế cho phù hợp với khẩu vị người ăn nên rất ngon, không thua kém gì thức ăn mặn.

Chúng tôi thấy các quầy thực phẩm chay trong các nhà hàng chay tại thành phố Saigon, Việt Nam và tại thành phố Little Saigon, tiểu bang California, Hoa Kỳ trưng bày khá nhiều món chay giả mặn làm từ hạt đậu nành và các loại thực phẩm ngũ cốc giầu tinh bột như các món cơm chiên Dương Châu, mì xào giòn, rau cải xào nấm đông cô, phở áp chảo, chả giò, cá kho tộ, canh chua Thái Lan..v..v. được nấu với một lượng khá nhiều dầu, đường, nước cốt dừa, bột ngọt... Các món này ăn rất ngon miệng nên được nhiều người ưa chuộng, nhưng lại là nguồn cung cấp năng lượng (calorie) khá lớn, dễ phát phì, không mấy tốt cho sức khoẻ, nếu ăn thường xuyên.

Thêm vào đó, do thức ăn chay tiêu hóa nhanh, khiến người ăn có cảm giác mau đói, phải ăn thêm cơm, hoặc mì sợi trong bữa ăn chính hoặc ăn tăng cường thêm bữa phụ trong giờ nghỉ giải lao (như potato chip, corn chip..). Đây cũng là một nguyên nhân khiến người ăn chay dễ béo phì.

Các loại ăn chay đều có thể cung cấp đủ nhu cầu năng lượng và các chất dinh dưỡng cần thiết nếu được thực hiện đúng phương pháp.

ĂN CHAY ĐÚNG PHƯƠNG PHÁP

Ăn chay được xem là đúng cách, đúng phương pháp khi chúng (thực phẩm chay) cung cấp cho cơ thể chúng ta một số năng lượng vừa đủ cần thiết để hoạt động và tăng trưởng. Dù ăn chay theo loại nào thì dưới góc độ dinh dưỡng cũng phải hội đủ ba yếu tố cơ bản:

(**Thứ nhất**) ăn đa dạng nhiều loại thực phẩm. Trong khẩu phần ăn hàng ngày, nếu thiếu một thành phần nào đó lâu dài, dễ gây bệnh như thiếu các loại vitamin A, B2, C, D, E và chất xơ có thể dẫn đến ung thư ruột và dạ dày. Nên nhớ là không có bất kỳ một loại thực phẩm đơn độc nào bao hàm đầy đủ các chất dinh dưỡng mà cơ thể cần đến.

(**Thứ hai**) ăn các loại thực phẩm càng ít chế biến hoặc chưa chế biến càng có lợi về dinh dưỡng. Cứ qua một lần chế biến thì chất dinh dưỡng của thực phẩm bị giảm đi do quá trình chuyển hoá. Ví dụ như gạo được chế biến cho trắng vì qua quá trình đánh bóng gạo, đã làm mất đi rất nhiều chất dinh dưỡng nằm ngoài vỏ hạt gạo. Các loại ngũ cốc khác cũng vậy và rau trái cây tươi tốt hơn trái cây đóng hộp.

(**Thứ ba**) ăn chừng mực, tức là không nên ăn quá nhiều một loại thực phẩm hoặc ăn quá ít một loại và không ăn quá no hoặc để quá đói và tránh ăn nhanh, nuốt vội.

Nói một cách khác, ăn chay đúng cách có nghĩa là ăn nhiều loại rau, đậu, hạt, củ, trái cây khác nhau và ngũ cốc chưa biến chế, ăn ít hoặc là không nên ăn những thức ăn có chứa nhiều chất béo bão hòa, đường, tinh bột và không nên ăn thường xuyên các thực phẩm chay biến chế công nghiệp (cũng nên nói thêm là thực phẩm chay công nghiệp biến chế ngày nay rất đa dạng được biến chế qua nhiều khâu xử lý nên chất dinh dưỡng bị thất thoát nhiều).

Kính thưa quý vị, thưa các bạn,

Trên đây là ba yếu tố cơ bản trong việc ăn chay để tạo sự cân đối và bảo đảm nguồn dinh dưỡng trong cơ thể và cho một sức khỏe tốt.

Một số người vẫn lầm tưởng ăn chay sẽ thiếu dinh dưỡng, nhưng thực tế khoa học đã chứng minh không phải như vậy. Việc thiếu dinh dưỡng và gây ra một số bệnh là do chúng ta đã ăn không đúng cách và thiếu hợp lý về dinh dưỡng. Thường người Việt nam chúng ta sử dụng ngũ cốc nhiều hơn, nhất là cơm gạo trắng, các loại bún, bánh phở và các loại bánh khác làm từ bột gạo, như bánh canh, bánh đúc, bánh xèo, nên xảy ra tình trạng dư thừa năng lượng từ ngũ cốc. Nếu không sử dụng hết năng lượng dư thừa này qua các hoạt động thể lực thì rất dễ béo phì và dễ sinh ra bệnh tiểu đường. Vì thế yếu tố cân bằng dinh dưỡng là điều cần thiết. Nên ăn nhiều rau, đậu, trái cây hơn là ngũ cốc. BS. Nguyễn Thị Kim

Hưng, giám đốc Trung Tâm Dinh Dưỡng TP. HCM đưa ra một tỷ lệ hợp lý về ngũ cốc và rau đậu là 4/6 hay 3/7. Tỷ lệ này có nghĩa là bốn phần ngũ cốc (ít biến chế hay chưa biến chế) và sáu phần rau đậu trái cây hay ba phần ngũ cốc (ít biến chế hay chưa biến chế) và bảy phần rau đậu trái cây.

Cũng có một số người ăn chay lo ngại rằng chế độ ăn chay dù bất cứ loại nào cũng sẽ ảnh hưởng không tốt đối với sức khoẻ do không đầy đủ chất đạm (protein). Điều này hoàn toàn không đúng vì các nhà dinh dưỡng cho biết hàm lượng chất đạm trong chế độ ăn chay nhiều hơn nhu cầu dinh dưỡng theo khuyến nghị của Bộ Nông Nghiệp Hoa Kỳ. Tuy nhiên thức ăn có nguồn gốc thực vật tuy giầu chất đạm nhưng có loại lại không đầy đủ acid amino thiết yếu (ngoại trừ đậu nành). Thí dụ như lysine có trong gạo, bắp, lúa mì; threonine có trong gạo; tryptophan có trong bắp và methionine trong các loại đậu. Vì thế các nhà dinh dưỡng khuyến cáo người ăn chay nên sử dụng đa dạng các loại chất đạm thực vật cho cân đối về mặt dinh dưỡng. Thí dụ như xôi nếp lức nấu với đậu đen, đậu đỏ hay hạt sen, ăn với muối mè, bánh mì lát sandwich nâu (nguyên cám) phết bơ đậu phụng, súp đậu lentil, đậu lima, đậu đen hay đậu đỏ ăn với bánh mì nâu. Cơm gạo lức nấu với đậu trắng, đậu xanh, đậu ngự hay đậu đỏ. Hỗn hợp như thế vừa ngon lại vừa bổ.

Một điều hiểu lầm thường gặp nơi người ăn chay là họ cứ nghĩ rằng chỉ có sữa bò mới có thể bù lại được những chất có trong thịt. Trên thực tế, không phải sữa bò và các phó sản từ sữa đều có hàm lượng chất sắt, chất kẽm và khoáng chất khác. Trong khi đó, chỉ cần 2 đến 3 khẩu phần đậu trắng, đậu xanh hay đậu đen mỗi ngày là đảm bảo cung cấp đầy đủ.

Ăn chay đúng phương pháp sẽ không có tình trạng thiếu máu. Tuy nhiên, nếu thiếu máu là do thiếu sắt, kẽm, do thiếu cân bằng dinh dưỡng. Nên ăn nhiều rau quả (đặc biệt là cam, chanh, dưa đỏ, ớt, cà chua, bông cải xanh...). Rau quả có nhiều vitamin C, giúp tăng cường hấp thu sắt và lấn át cả tác dụng ngăn cản hấp thu sắt của acid phytic, acid oxalic, acid tannic...

Dù vậy, loại ăn chay trường thuần tuý Vegan, nếu ăn đúng phương pháp vẫn có thể thiếu Vitamin B12 do thực phẩm rau đậu không có loại vitamin này. Thiếu vitamin B12 có thể gây nên tình trạng thiếu hồng huyết cầu hoặc có thể dẫn đến bệnh dây thần kinh. Tuy nhiên, hiện nay có một số công ty sữa đậu nành ở Hoa Kỳ sản xuất sữa đậu nành có pha trộn thêm các loại vitamin B12, A, D và Calcium và các loại thức ăn sáng cereal cũng có pha trộn thêm vitamin B12; nên những người ăn chay không phải bận tâm nhiều về thiếu vitamin B12. Tốt hơn hết những người ăn chay trường thuần tuý và những người ăn chay là phụ nữ mang thai, phụ nữ cho con bú và những người cao tuổi nên bổ sung vitamin B12 hay multi-vitamin hàng ngày.

Nói tóm lại những người ăn chay thuần tuý và ăn chay trường cần phải sử dụng đa dạng nhiều loại thức ăn giàu chất kẽm, chất sắt mỗi ngày như các hạt họ đậu, rau lá xanh đậm và trái cây tươi lẫn sấy khô. Ngũ cốc nguyên hạt cũng là một thành phần không thể thiếu. Gạo lức và lúa mì nguyên cám cần được xem là chủ lực trong các bữa ăn hằng ngày. Nên tránh hay hạn chế ăn các loại bánh mì kẹp sandwich trắng, bánh mì Pháp, cơm gạo trắng hay các sản phẩm ngũ cốc tinh luyện.

Cũng nên nói thêm, gần đây có nhiều thông tin xấu về đậu

nành, tạo sự hoang mang cho những người tiêu thụ. Những nguồn thông tin này được các nhà khoa học xếp vào loại thông tin "nhiễu" nhằm đánh phá kỹ nghệ trồng đậu nành ở Hoa Kỳ. Đậu nành rất tốt cho cơ thể. Người dân Okinawa có rất nhiều người sống trường thọ và khoẻ mạnh nhất thế giới. Phần lớn là do ăn đậu nành (6 phần mười thực phẩm trong bữa ăn là đậu nành). "Chúng tôi khuyến khích mọi người sử dụng nhiều đậu nành và các sản phẩm từ đậu nành." Bác sĩ Nguyễn Thị Kim Hưng, giám đốc Trung Tâm Dinh Dưỡng TP. HCM đã nói với 11 triệu dân thành phố Saigon như vậy trong một cuộc hội nghị về dinh dưỡng.

PHẦN THỨ HAI

ĂN CHAY TRONG ĐẠO PHẬT

MỤC ĐÍCH ĂN CHAY CỦA ĐẠO PHẬT

Có người hỏi mục đích ăn chay của đạo Phật có giống mục đích ăn chay của người Hoa Kỳ nói riêng và người Tây Phương nói chung không?

Chúng tôi xin thưa ngay là mục đích ăn chay của những người theo đạo Phật không giống mục đích ăn chay của người Tây Phương. ***Mục đích ăn chay của đạo Phật là tôn trọng và bảo vệ sự sống. Tôn trọng sự sống là đặc điểm của Phật giáo. Không sát sanh là giới luật nhằm bảo vệ sự sống ấy và ăn chay đối với những người theo đạo Phật chính là sự thực hành cụ thể cho đặc điểm ấy.***

Đạo Phật xem sự sống là tối thượng, là trên tất cả. Hết thảy cái gì có sự sống, có cảm giác và tự cử động được, từ con giun, con dế đến con bò, con voi là người Phật tử phải dốc lòng bảo vệ sự sống ấy. Nhân đây chúng tôi cũng thưa với quí vị là, mặc dầu đức Phật có thể đã cho phép ăn thịt trong một số điều kiện đặc biệt nào đó, ở một thời điểm hay một nơi nào đó, nhưng điều chủ yếu của giáo lý đạo Phật là Từ Bi đối với mọi loài chúng sanh, thương xót tất cả muôn loài chúng sanh. Vì thế, nếu thực phẩm có sự chết của chúng sanh thì tốt hơn là không nên ăn. Do đó mới gọi Đạo Phật là đạo từ bi. Và cũng do đạo Phật là đạo từ bi nên đức Phật đã dạy các đệ tử của Ngài là không được giết hại, cũng không được viện dẫn bất cứ lý do nào để giết hại chúng sanh, vì mọi chúng sanh cũng đều ham sống và sợ chết.

Chúng tôi còn nhớ một vị cao Tăng Phật giáo đã giảng dạy rằng: ***"Giết sự sống để nuôi sự sống là mê muội mà vì tham sống nên hại sự sống cũng là vô minh. Cho nên tôn trọng sự sống không những bằng cách giúp nhau để sống còn, mà còn có khi phải hy sinh sự sống để bảo vệ sự sống, nghĩa là có khi tiêu cực như ăn chay để cứu muôn loài, có khi tích cực như "thay khổ cho chúng sanh" để cứu vạn loại. Đạo Phật đặc biệt chú trọng và nêu cao chủ nghĩa lợi tha, nhưng chữ lợi ấy là phải hướng về mục đích tôn trọng sự sống***." Thật là thâm sâu khi ngài nói về mục đích ăn chay của đạo Phật như vậy.

SỰ LỢI ÍCH CỦA ĂN CHAY

Mục đích ăn chay của người Tây Phương mà phần lớn là bảo vệ sức khỏe cho bản thân, khác với mục đích của Phật giáo, tuy rằng cũng có một số người (khoảng 4% của 12,5 triệu người) là có mục đích tương tự như đạo Phật. Bác sĩ Albert Schweitzer, người đã đoạt giải Nobel về hòa bình đại diện cho những người này. Ông đã nói rằng: "không giết sinh vật kể cả côn trùng, không ăn bất cứ cái gì mà trước kia đã từng sống." (Animal, Nature and Albert Schweitzer, page 40).

Kính thưa quý vị, vì lòng từ bi không sát hại chúng sinh, người Phật tử ăn chay không những có được những lợi ích trong hiện tại mà cả trong đời sống tương lai nữa.

(Thứ 1) Thân thể được mạnh khỏe; tinh thần được nhẹ nhàng, trong sạch; trí tuệ được minh mẫn để tu hành.

(Thứ 2) Không gây nhân giết hại, sẽ không bị quả báo.

Ngoài ra, ăn chay không những có lợi ích cho cá nhân, mà còn có lợi ích chung cho cộng đồng là đem lại an lạc hoà bình cho xã hội, cho quốc gia và cho thế giới. Cổ nhân đã nói:

"Nhất thế chúng sanh vô sát nghiệp,
Hà sầu thế giới động đao binh".

(Nếu tất cả chúng sanh không sát hại lẫn nhau, thì sợ gì thế giới có chiến tranh).

Thật vậy người ăn chay, với tâm từ bi, luôn luôn trân quý sự sống của muôn loài chúng sinh, luôn luôn hướng tâm về sự an nguy của chúng sinh thì sẽ không nỡ tâm tàn sát đồng loại để đạt mục đích lợi danh.

NHỮNG VẤN ĐỀ NHẠY CẢM LIÊN QUAN ĐẾN ĂN CHAY TRONG ĐẠO PHẬT

Chúng tôi đang trình bày về một trong những điểm đặc sắc của đạo Phật là ***tôn trọng và bảo vệ sự sống.*** Đạo Phật mà chúng tôi muốn nói ở đây bao gồm tất cả các trường phái, các bộ phái và các tông phái Phật Gíao. Tất cả đều thừa nhận điểm đặc biệt và quan trọng này, đều thừa nhận và chấp hành giới cấm sát sinh.

Theo giới cấm thứ nhất này, Đức Phật dạy chúng ta không được làm tổn thương đến mọi loài chúng sinh. Trong kệ 131 kinh Pháp Cú Đức Phật dạy rằng: "*Kẻ nào tìm hạnh phúc cho mình bằng cách hành hạ chúng sinh khác -- cũng mong cầu hạnh phúc --, kẻ ấy sẽ không được hạnh phúc*". Vì thế theo Phật giáo, sự không giết hại và không làm tổn thương đến chúng sinh rất là quan trọng.

Kinh Pháp Cú kệ 129 và 130 nói rằng, "*Tất cả đều sợ hãi trước hiểm nguy, tất cả đều quý trọng đời sống. Hãy lấy lòng ta suy lòng người. Không nên giết, cũng không nên làm cho kẻ khác bị giết*".

Kính thưa quý vị. Theo Phật giáo, tất cả mọi loài như loài cá bơi lội, loài thú vật đi hay bò trên đất, loài chim bay trên trời; đều là các loài có cảm giác, chúng không thể bị giết hại hay làm bị thương. Phật tử không thể là những người đi săn bắn, đánh cá, đánh bẫy, nhân viên của các lò sát sinh, và mổ xẻ động vật sống.

Vậy làm thế nào để bảo vệ sự sống và làm thế nào để thi hành giới không được sát sinh. Không làm những nghề gây tổn hại đến chúng sinh là chúng ta đã thực hành đủ rồi chăng? Chưa đủ, vì đó chỉ là chính nghiệp trong Bát Chánh Đạo, nhưng vẫn còn phải ăn thịt hàng ngày vì một số đông cho rằng "ăn thịt để nuôi sự sống, để thỏa mãn nhu cầu ăn uống hằng ngày". Họ quên rằng trong Bát chánh đạo, ngoài chánh nghiệp còn có chánh mạng, chánh mạng tức là nuôi mạng sống chân chánh. Nếu giết hại chúng sanh làm thực phẩm để nuôi sống thân mạng thì đó không phải là chánh mạng.

Đó là vấn đề ăn thịt, một vấn đề gây nhiều tranh luận, không phải ngày nay mới có mà đã có từ thời Đức Phật và trở thành vấn đề nhạy cảm trong cộng đồng Phật giáo mỗi khi nói đến ăn chay, ăn mặn. Nhạy cảm đến nỗi có khi tranh luận thành tranh cãi và biến thành rêu rao như những câu người ta thường nói: "ăn mặn nói ngay còn hơn ăn chay nói dối… " . Và đến nỗi một vị giảng sư trong giáo hội Phật giáo Việt Nam hiện nay như chúng tôi đã nói, đề nghị không nên dùng từ ăn chay và ăn mặn nữa.

SỰ KHÁC BIỆT

Cùng thừa nhận nguyên tắc tôn trọng và bảo vệ sự sống, cùng chấp hành giới luật không sát sinh nhằm bảo vệ sự sống, nhưng chính sách cụ thể để chấp hành thì khác nhau.

Những người ăn chay tu theo Phật Giáo Bắc Tông thì cho rằng ăn chay là chính sách cụ thể, để thực hành giới luật không sát sinh, mặc dầu có tính cách gián tiếp và tiêu cực. Giới luật đầu tiên dành cho một Phật tử là:

"Ý thức được những sự khổ đau do sự sát hại gây ra, tôi xin học theo hạnh đại bi để bảo vệ sự sống của mọi người và mọi loài. Tôi nguyện không giết hại bất kỳ sinh vật nào, không tán thành sự giết hại, và không để kẻ khác giết hại, dù là trong tâm tưởng hay trong cách sống hằng ngày của tôi".

Lời của Đức Phật ghi lại trong các kinh sách Nguyên Thuỷ rất rõ ràng: "*Chớ có sát sinh, chớ có khuyến khích sát sanh, chớ có chấp nhận sát sanh, chớ có làm hại các sinh vật nhỏ bé trong nước, thậm chí chớ có đạp trên cỏ xanh.*" Hành động ăn thịt là khuyến khích các ngành công nghiệp liên đới tạo ra những hành động tàn ác và gây ra cái chết cho hằng hà sa số súc vật. Một người có lòng từ bi nhân hậu cần phải làm dịu đi những nỗi đau khổ đó bằng cách không ăn thịt. Ăn chay để bảo vệ sự sống, để nuôi dưỡng lòng từ bi, để không còn cảnh từng con bò, từng con heo, hết con này rồi tới con khác bị đẩy vào lò sát sinh, hay cảnh hàng trăm, hàng ngàn, hàng vạn con gà bị đẩy vào máy cắt để cắt cổ và nhổ lông.

Ngày xưa có một thi sĩ viết về bát canh thịt:

Ngàn năm qua một bát canh
Oán sâu biển cả hận thành non cao
Muốn hay nguồn gốc binh đao
Lắng nghe quán thịt tiếng gào thâu đêm.

Chỉ cần nhìn vào trong bát canh và miếng thịt trong đó, chỉ cần nhìn vào nồi soup ra-gu hầm thịt, người ta sẽ thấy được niềm oán hận của các loài bị tàn sát; nỗi oán hận này sâu như biển, lớn như núi. Nếu muốn biết được bản chất của chiến tranh hiện đang xảy ra trên thế giới, từ A phú Hãn đến miền Trung Đông, chỉ cần nửa đêm thức giấc lắng nghe tiếng gào thét của những con vật đang bị giết ở các lò sát sinh.

Một Phật tử gửi thư cho chúng tôi, viết rằng: "Tôi xem cuốn phim "Downed Animals" nhìn thấy những con vật bị lùa vào lò sát sinh, chúng trì lại ở ngoài cửa, không chịu bước, cứ dáo dác nhìn quanh bằng những cặp mắt kinh hoàng, như đang cầu khẩn xin tha mạng, thương tâm quá, nghĩ nếu như con mình mà trong trường hợp ấy, tính mạng lâm nguy, nhìn ra chung quanh cầu cứu, chỉ thấy toàn những bộ mặt hăm hở muốn giết, đau lòng quá!"

Có người nói rằng: "Trời sinh con vật để cho con người ăn, tại sao không ăn?", thì có thể sẽ có người hỏi lại: "Trời sinh con người để làm thức ăn cho vi trùng, hay cho con cọp, con beo ăn, tại sao không để cho vi trùng hay để cho con cọp, con beo ăn?".

Kính thưa quý vị, đó là quan niệm của những người ăn chay tu theo Phật giáo Bắc Tông, còn Phật giáo Nam Tông thì sao?

Một số đông người tu theo Phật giáo Nam Tông, nhưng không phải là tất cả, thì tin rằng việc ăn chay là không cần thiết đối với Phật tử bởi vì:

(Thứ 1) Nếu như Đức Phật cảm thấy các thức ăn không thịt là hợp với các Giới Luật thì ắt hẳn Ngài đã tuyên bố và ít ra cũng đã được ghi chép trong Tam tạng Pali, nhưng đàng này lại không thấy Ngài đề cập đến.

(Thứ 2) Trừ phi chính chúng ta thực sự giết con vật để lấy thịt sử dụng, thì chúng ta không có trách nhiệm trực tiếp về cái chết của con vật đó; và hiểu như vậy thì người ăn chay và không ăn chay cũng không khác biệt gì cả. Những người ăn chay chỉ có thể ăn rau quả vì có người nông dân cày cấy ruộng (như vậy họ cũng đã sát hại biết bao nhiêu sinh vật) và phun thuốc trừ sâu (lại giết thêm nhiều sinh vật nữa)

(Thứ 3) Cho dù những người ăn chay không ăn thịt, họ cũng phải dùng rất nhiều sản phẩm khác dẫn đến việc sát hại thú vật (như sà-phòng, đồ da thuộc, huyết thanh, tơ tằm, v.v...). Tại sao kiêng không dùng một thứ sản phẩm này, song lại sử dụng các thứ khác?

(Thứ 4) Các đức tính tốt như cảm thông, nhẫn nại, quảng đại, và trung thực, và các tính xấu như ngu dốt, kiêu hãnh, đạo đức giả, ganh tị và lãnh đạm thờ ơ không tùy thuộc vào những gì chúng ta ăn vào miệng, và như vậy thì thức ăn không phải là nhân tố quan trọng để phát triển tâm linh. (Nguyên tác: "Vegetarianism", Venerable S. Dhammika, BhuddhaNet. Tỳ kheo Thiện Minh dịch)

VẤN ĐỀ ĂN THỊT THÌ SAO?

Nguyên nhân chính đưa tới hai quan điểm khác biệt nhau mà chúng tôi vừa trình bày là vấn đề ăn thịt và những giải thích về vấn đề này dựa theo kinh sách, một vấn đề nhạy cảm, dễ xung đột nhất. Những người Phật tử không ăn chay bao gồm cả giới cư sĩ và giới tu sĩ thường viện dẫn kinh Jivaka, trong đó đức Phật nói rằng,

"Như Lai cấm không cho ăn thịt trong ba trường hợp. Nếu thấy, nghe hay có lòng hoài nghi rằng con vật bị giết cho mình ăn. Trong ba trường hợp, Ta cho phép ăn, nếu không thấy, không nghe hay không có lòng hoài nghi rằng con vật bị giết cho mình ăn".

Phái này cho rằng, trong trường hợp người ta không tự giết con vật để mà ăn, có nghĩa là không cố ý sát sanh (cũng có nghĩa là người khác giết dùm) thì không có vấn đề gì khi ăn thịt đó. Mặc dầu có sự chết xảy ra, nhưng người ăn thịt không tạo ra nghiệp sát, họ hoàn toàn không liên hệ vào sự chết chóc đó. Họ biện luận rằng (xin trích dẫn): "phần lớn những người ăn thịt, không phải vì họ có ý muốn giết hại thú vật, mà chỉ là một thói quen họ đã có từ nhỏ. Đó chính là một phần nền văn hóa của họ, là vì họ đã biết cách nấu món ăn đó, và họ biết cách ăn món đó ra sao. Điều đó thích hợp với họ, chính vì vậy mà họ ăn thịt…" Họ cho rằng do "ảnh hưởng văn hóa, cách thức vị giác của bạn được hình thành là do bạn đã được nuôi dưỡng ra sao. Nếu bạn quen dùng một số thực phẩm nào đó, bạn sẽ cảm thấy thoải mái khi ăn loại thức ăn đó. Chính vì vậy mà bạn thích mua thức ăn đó. Đó là loại thực phẩm bạn đã biết cách nấu nướng ra sao. Tại sao đa số người Úc lại là người "không-ăn-chay"? Họ ăn thịt là bởi vì đó là điều họ đã quen ăn. Đó là một phần tạo ra nền văn hóa Úc" (Buddhism and Vegetarianism", Ajahn Jagaro (1994). Tỳ kheo Thiện Minh dịch)

Tuy nhiên, những Phật tử ăn chay viện dẫn kệ 129 và 130 trong Kinh Pháp Cú đã chỉ rõ rằng chúng ta KHÔNG ĐƯỢC GIẾT HAY GÂY NÊN SỰ GIẾT (should not kill or cause to kill). Họ viện dẫn nhiều kinh sách Nguyên Thủy tạng Pali trong đó có chép lại lời Phật dạy: "Chớ có sát sinh, chớ có khuyến khích sát sanh, chớ có chấp nhận sát sanh, chớ có làm hại các sinh vật nhỏ bé trong nước, thậm chí chớ có đạp trên cỏ xanh". Họ cho rằng "người nào mua thịt hay các sản phẩm có nguồn gốc từ thịt, tức là người đó đã tạo nên những nhân thiết yếu, tức tạo nên nhu cầu tiêu thụ; để cho người khác giết những con thú vật này, tức cung cấp theo nhu cầu, có nghĩa là những loài động vật như con bò, con dê, con heo, con gà bị giết tại các lò sát sinh là để cho những người ăn thịt thưởng thức. Nếu như không một ai ăn thịt thì rõ ràng là các con vật này không bị giết. Bởi sự đồng ý ăn thịt do người khác phục vụ, người ăn thịt là nguyên nhân tạo cho người khác giết hại thú vật. ".

Họ biện luận rằng : "Thật là không công bằng chút nào khi chúng ta tạo nguyên nhân cho những người làm nghề đồ tể phải vào địa ngục chỉ vì sự hưởng thụ khoái khẩu của chúng ta. Nếu chúng ta đều nhất trí ăn chay thì những người chém giết thú vật làm thịt bán sẽ phải chuyển đổi ngành nghề khác tốt đẹp, phước đức hơn và lúc đó toàn thế giới sẽ sống an lạc hoà bình. Do cứ tiếp tục ăn mạng chúng sanh nên khiến chúng ta cứ duy trì một lớp người hành nghề chém giết đáng thương đó." (Dr. D.P. Atukorale, M.D. là bác sĩ chuyên khoa về tim mạch, hiện là Giáo Sư Viện Đại Học Colombo Tích Lan)

Họ cũng trích dẫn lời giảng của một vị cao Tăng Phật giáo hiện đại, Hoà Thượng Thích Trí Tịnh nói về việc ăn thịt như sau: (chúng tôi xin đọc nguyên văn)

"Đại chúng nên biết, nếu muốn có thịt để ăn, thì phải sát sanh. Không tự giết thì cũng bảo người giết, cho nên ăn thịt là nguyên nhơn cho sự sát hại sanh mạng của các loài vật. Tất cả các thứ thịt, không luận là thịt gì, từ thịt heo, bò cho đến tôm ốc v.v... thuộc về loài thịt của chúng sanh đều không được ăn.

Có đạo cho rằng loài ốc, tôm không có máu như vậy ăn được. Còn có đạo nói trứng chưa tượng hình, nó không biết đau đớn nên ăn được.

Nhưng theo lời Phật dạy, xét kỹ nó thuộc về loài thịt đều không được ăn cả, bởi vì dù con tôm, con ốc thật sự nó không có máu đi nữa, nhưng nó cũng ham sống sợ chết. Như con ốc biết khép mai khi nghe tiếng động, con tôm, con tép biết nhảy ngược khi mình đụng vào nó. Như vậy là nó có cảm giác biết đau, biết ham sống sợ chết mới có những tác động như thế. Còn như các trứng, nếu ta ăn trứng mà chưa có tượng hình, nghĩa là chưa lộn, gọi rằng không có tội mà được ăn, như vậy những người có thai, hoặc một, hai tháng, hay bao nhiêu tháng, ngày đó mà phá thai thì không có tội, bởi vì thai lúc đó nó cũng chưa thành hình gì. Mà nếu phá thai có tội, thì ăn trứng cũng có tội, bởi vì trong trứng nếu đủ duyên nó sẽ thành con gà hay con gì đó.

Như vậy nói tóm lại, mình y theo lời Phật dạy, thì tất cả những gì thuộc về tánh chất thịt đều không được ăn. Tuy thế, đức Phật cũng theo thời cơ của người đời. Do đó trong Phật giáo Nguyên Thủy, lúc ban sơ Phật không cấm ăn thịt, nhưng cho ăn ba thứ thịt: không nghe con vật bị giết, không thấy con vật bị giết, không nghi người ta giết con vật vì mình. Ngoài ra còn được ăn thêm các thứ thịt: con vật nó tự chết, hoặc con thú khác bắt ăn rồi còn dư.

Nhưng tìm cho được các thứ thịt đó mà ăn cũng khó lắm. Nếu mình chịu khó suy xét kỹ, thì trong khi ăn cá hoặc thịt, mình có thể nghĩ rằng: vì sự ăn thịt của mình đây làm duyên cho người giết, xúi người ta giết.

Những người giết nếu không có người mua, thì họ giết để làm gì? Có người nghĩ rằng, nếu mình không ăn, thì cũng có người bán thịt, họ cũng giết như thường. Nhưng suy nghĩ kỹ : nếu một người không ăn, thì sẽ bớt sự giết một phần, thì sự giết hại cũng ít đi.

Tại sao không được ăn thịt ? Đức Phật nói: người ăn thịt thì mất lòng đại từ bi, dứt giống Phật tánh..."(Bài Giảng của Hoà Thượng Thích Trí Tịnh Trong Mùa Kiết Hạ An Cư Năm Đinh Mùi 1967 tại Chùa Vạn Đức Thủ Đức)

ĐỨC PHẬT CÓ THỪA NHẬN CHUYỆN ĂN THỊT KHÔNG?

Chúng tôi vừa trình bày lập luận của hai phía về việc ăn thịt.

Đến đây một câu hỏi khác được đặt ra là Đức Phật có thừa nhận chuyện ăn thịt không? bởi vì kinh Jivaka đức Phật cho phép ăn ba thứ thịt (không nghe con vật bị giết, không thấy con vật bị giết, không nghi người ta giết con vật vì mình. Ngoài ra còn được ăn thêm các thứ thịt: con vật nó tự chết, hoặc con thú khác bắt ăn rồi còn dư). Trong kinh khác đức Phật lại ngăn cấm không cho Phật tử làm những ngành nghề buôn bán đẫm máu với những sự giết chóc tại lò sát sinh, săn bắn thú vật, câu cá và bãy sập thú rừng. Tại sao lại có sự mâu thuẫn như vậy?

Những người Phật tử không ăn chay nói rằng kinh Jivaka cho phép họ ăn thịt và họ diễn giải kinh với ngụ ý rằng Phật đã ngầm chấp thuận những sự giết chóc tại các lò sát sinh. Họ cho rằng thịt được sản xuất tại các lò sát sinh thường đặt xa nơi dân chúng cư ngụ và ngày nay bày bán tại các siêu thị nên người mua cũng là người ăn không nghe tiếng kêu gào, không thấy chết dẫy dụa và không hòai nghi con vật bị giết là cho riêng mình ăn thì đó chính là ba thứ thịt ngày xưa Phật cho phép ăn.

Nhưng phái chống lại sự giết loài vật, dù nơi giết ở bất cứ địa điểm nào thì cho rằng: "nên biết rằng sự giết hại thú vật làm thực phẩm tại các lò sát sinh là một trong các ngành nghề mà Phật đã ngăn cấm không cho Phật tử làm vì lý do chính là lòng từ bi Nói rằng một đằng Phật lên án những ngành nghề buôn bán đẫm máu với những sự giết chóc trong các lò sát sinh, săn bắn thú vật, câu cá và bẫy sập thú rừng và một đằng lại cho phép người Phật tử và hàng tăng sĩ được ăn thịt, nếu những con vật này không phải là đặc biệt bị giết để cho họ ăn, là một sự mâu thuẫn vô lý. Còn ai nữa ngoài những người ăn thịt phải chịu trách nhiệm về sự giết chóc nơi các lò sát sinh, săn bắn thú vật và câu cá? Những đồ tể tại các lò sát sinh chỉ làm việc để đáp ứng cho nhu cầu của những người ăn thịt mà thôi.

"Thưa ông. Tôi chỉ làm giùm ông cái phần việc dơ bẩn", người đồ tể đã trả lời như thế với một bậc thượng lưu khi vị này phản đối sự tàn bạo của việc giết hại thú vật khờ khạo vô tội.

Những người ăn thịt, bất kể đã được diễn dịch rằng con vật được giết cho họ hay là không, đều gián tiếp yểm trợ cho kỹ nghệ giết thú vật và góp phần vào sự tàn bạo giết chóc các sinh vật. Chẳng lẽ Phật lại không biết đến và không hiểu được điều này, Ngài là người được mô tả là đấng toàn giác, đấng mà trí tuệ và từ bi bao trùm tam thiên đại thiên thế giới? Phải chăng Phật lại có thể không nhạy cảm đến nỗi không thấy rằng chỉ cần ngưng ăn thịt, người ta có thể chấm dứt một cách hiệu quả cả sự giết hại những con vật yếu ớt, câm lặng cùng với những sự thống khổ, kinh hoàng mà chúng phải chịu đựng.

Chúng ta được biết rằng Phật ngăn cấm các đệ tử của ngài không được ăn thịt các thú vật như chó, voi, gấu và sư tử. Vậy tại sao Phật lại cho phép ăn một loại thịt và ngăn cấm ăn loại khác? Thế còn heo hay bò, hay gà hay vịt; những con vật này giả thiết là được chấp thuận cho phép ăn, thì ít đau đớn hơn con chó, con voi hay con gấu khi chúng bị giết chăng?

Ai là Phật tử cũng đều biết Phật vô cùng từ bi và vô cùng quý trọng sự sống, thí dụ như Ngài nhấn mạnh rằng các Tỳ kheo phải an cư nhập hạ ba tháng, không ra ngoài, tránh dẫm đạp lên côn trùng đang sinh sản trong mùa mưa, cho nên không thể tin được rằng Ngài có thể lãnh đạm trước nỗi đau đớn và chết chóc của các loài gia súc bị giết để làm thực phẩm.

Như chúng ta đều biết, hàng tu sĩ có giới luật riêng. Phật có thể đòi hỏi các vị Sư nhiều điều chấp hành mà không đòi hỏi nơi những Phật tử tại gia. Các tu sĩ được huấn luyện đặc biệt để có những phẩm hạnh cao quý và nghị lực bền bỉ, khác biệt với hàng cư sĩ tại gia. Các vị Sư có khả năng mạnh mẽ chống lại sự cám dỗ khoái lạc mà người thường khó chống cự nổi. Đấy là lý do tại sao họ từ bỏ khoái lạc tình dục, sống đời sống độc thân và cũng không ăn cơm sau 12 giờ trưa. Tại sao ăn cơm sau 12 giờ trưa lại vi phạm giới luật nghiêm trọng hơn là ăn thịt loài vật? Chúng ta có thể tin quả thật Phật đã có nói những điều ấy cho những người biên tập kinh điển Pali, nơi đề tài về sự ăn thịt chăng? ...” (Dr. D.P. Atukorale, M.D. là bác sĩ chuyên khoa về tim mạch, hiện là Giáo Sư Viện Đại Học Colombo Tích Lan)

KINH BẮC TÔNG NÓI VỀ VẤN ĐỀ ĂN THỊT

Thưa các bạn, đó là những vấn đề nhạy cảm đến nhức nhối của những người Phật tử. Bây giờ chúng ta hãy xem xét phiên bản kinh điển tiếng Phạn nói về việc ăn thịt. Chúng tôi trích từ kinh "Lăng Già" mà nguyên một chương nói về những điều tai hại của việc ăn thịt.

"*Vì lòng từ bi, vì sự tinh khiết, các Bồ tát không được ăn thịt mà nó được sanh ra từ máu mủ ..v..v.. Vì nỗi lo ngại những nguyên nhân cấu thành sự kinh hoàng của chúng sinh, vị Bồ Tát, người đã tự rèn luyện để có được từ tâm không được ăn thịt*".

"Thật là điều không đúng sự thật khi cho rằng thịt là thực phẩm thích đáng và dùng được khi con vật không bị giết bởi chính người ăn, khi người ăn không ra lệnh cho người khác giết, và khi người khác không đặc biệt giết để cho mình ăn ".

" Trong tương lai có thể có những người bị sự cám dỗ bởi mùi vị của thịt, sẽ kết hợp lại với nhau để tạo ra nhiều cách ngụy biện cho việc ăn thịt. Nhưng dù thịt được ăn dưới bất cứ hình thức nào, bất cứ kiểu cách nào, bất cứ ở đâu, đều bị tuyệt đối cấm chỉ đối với bất cứ ai.

Kinh Lăng Nghiêm nói, "*Người tu hành chánh định, cốt để giải thoát khỏi khổ đau của cuộc đời. Nhưng trong khi tìm kiếm sự giải thoát nỗi khổ đau của chính mình, tại sao chúng ta lại làm khổ* đau cho kẻ *khác. Trừ khi chúng ta kiểm soát được tâm, biết ghê tởm ngay cả đến ý tưởng về sự hung ác, tàn bạo, và giết chóc; chúng ta sẽ chẳng bao giờ có thể giải thoát khỏi cảnh trần lao khổ ải"...*

"Sau khi ta diệt độ, có nhiều loại quỷ thần sôi nổi trên khắp thế gian lừa gạt chúng sinh, và dạy rằng ăn thịt cũng có thể đạt đạo giác ngộ. Có thể nào một vị Sư hy vọng trở nên vị Bồ Tát cứu độ chúng sinh lại có thể sinh sống bằng thịt của chúng sinh"?

Kinh "Đại Bát Niết Bàn" phiên bản tiếng Sanckrit nói rằng: "Ăn thịt làm tiêu tan hạt giống từ bi".

Ngài nói: "*Nầy Ca Diếp! Bắt đầu từ ngày nay trở đi, Như Lai không cho phép hàng Thanh Văn đệ tử ăn thịt, nếu đàn việt đem đến dâng thí, phải xem thịt ấy như thịt con mình...*

Ngài cũng cho biết lý do tại sao ngày trước Ngài cho phép hàng Tỳ Kheo ăn ba thứ tịnh nhục. Ngài nói: "*Này Ca Diếp! Ba thứ tịnh nhục ấy chỉ là theo việc mà tạm chế thôi*" ...

Cũng là nhơn nơi sự mà lần lượt chế...Này Ca Diếp! bao nhiêu giới cấm của Như Lai chế ra đều có dị ý. Vì dị ý nên cho ăn ba thứ tịnh nhục. Vì dị ý nên cấm ăn mười thứ thịt. Vì dị ý nên cấm tất cả thứ thịt đều không được ăn, dầu là thịt của con vật tự chết. Nầy Ca Diếp! Từ nay Như Lai cấm các đệ tử không được ăn tất cả thứ thịt." [Phẩm Tứ Tướng thứ 7 Kinh Đại Bát Niết Bàn].

Không hết, trước khi Ngài diệt độ, trong những giây phút cuối cùng, Ngài căn dặn các đệ tử: "*Phải thương xót chúng sinh, chớ giết hại dầu là côn trùng nhỏ nhít. Thân nghiệp thanh tịnh thường sanh cõi tốt đẹp. Khẩu nghiệp thanh tịnh xa lìa những lỗi ác. Chớ ăn thịt, chớ uống rượu. Phải suy nghĩ kỹ nghiệp nhân thiện ác cảm báo tốt xấu. Nhân quả ba đời tuần hoàn chẳng mất, như bóng theo hình. Đời này luống qua về sau ăn năn không kịp. Giờ Niết Bàn đã đến, ta tóm tắt dạy bảo như vậy.*" [Phẩm Di Giáo thứ 26 Kinh Đại Bát Niết Bàn]

CÓ PHẢI PHẬT NIẾT BÀN VÌ ĂN THỊT CHĂNG?

Kính thưa quý vị, có một nghi vấn trong lịch sử Phật giáo cũng gây khá nhiều tranh luận, đó là nghi vấn có phải Đức Phật tịch diệt vì Ngài ăn thịt chăng? Và cũng do nghi vấn này nên có những tu sĩ mà, trong một số trường hợp có ăn thịt, khi bào chữa cho việc ăn thịt của mình, nói rằng chính Phật đã ăn bát canh nấu bằng thịt heo tại nhà một đệ tử để tránh làm buồn lòng vị thí chủ đó. (nếu khước từ nhận cúng dường)

Nhưng phần đông các học giả Phật giáo cho rằng thức ăn dâng cho Phật không phải là thịt đã làm cho Phật tịch diệt và tất cả kinh điển Bắc Tông đều một mực chống lại việc ăn thịt như đã đề cập trước đây.

Theo nhà học Phật Rhys David thì thức ăn mà cư sĩ Thuần Đà dâng cúng Phật là một loại nấm. David nói rằng chữ sukara maddava được kết hợp bởi hai chữ sukara và maddava. Sukara có nghĩa là con heo và maddava có nghĩa là phơi khô, là ngon, tức là một loại thức ăn mà giống heo rừng rất thích ăn. Các học giả Phương Tây dịch là truffles, một loại nấm quý.

Sukara maddava có bốn ý nghĩa:

(1) Loại thực phẩm heo ăn.
(2) Một loại thức ăn mà heo rất ưa thích
(3) Các phần mềm trong cơ thể con heo và
(4) Một loại thức ăn bị giẫm nát bởi con heo.

Cư sĩ Thuần Đà là một đệ tử thuần thành của Phật, chắc ông ta không thể nào cúng dường đức Phật bát canh nấu bằng thịt heo vì biết rằng Ngài không ăn thịt. Rất có thể chính Thuần Đà cũng không ăn thịt như rất nhiều người Ấn Độ thời bấy giờ. Như thế thì có thể nào ông ta lại cúng dường thịt lên Phật, một người rất nhạy cảm về nỗi thống khổ, đau đớn của chúng sinh, người không uống sữa bò trong thời kỳ 10 ngày đầu tiên sau khi bò sanh con. Người từ chối sự cúng dường một chùm trái cây của lòai vượn vì trong đó có những con kiến đang sinh sống. Người không cho phép Tăng đoàn ra ngoài trong ba tháng an cư, nhằm tránh dẫm đạp lên côn trùng đang sinh sản trong mùa mưa.

Thưa quý vị, thưa các bạn. Trong bữa ăn cuối của Đức Phật, có một điều chúng ta cần để ý, theo Kinh Trường A Hàm, Quyển 3, Phẩm Du Hành, Thứ 2, Đoạn 2 nói rằng: "*Khi đức Phật nhận bát canh nấm từ tay Thuần Đà, Ngài có nói với*

Thuần Đà rằng, đừng đem thứ canh nấm còn dư này cúng dường cho các vị Tăng khác, Thuần Đà vâng lời rồi lui ra." Tại sao Phật nói như vậy?

Đây là nguyên văn kinh:"....*Sau khi Phật và đại chúng đã an tọa, ông Châu Na (Thuần Đà) đem món ăn dâng Phật và chúng Tăng, ông lại nấu riêng một thứ nấm Chiên Đàn là thức ăn trân quý kỳ lạ ít thấy, đem dâng riêng cho Phật, Phật dạy Châu Na chớ đem thứ nấm ấy cho chúng tăng ăn. Châu Na vâng lời....*" (Kinh Trường A Hàm, Thích Thiện Siêu Việt dịch, Phật Học Viện quốc Tế xuất bản 1986 (trang 86).

Trong thời kỳ Phật tại thế, những thí chủ cúng dường thức ăn cho Phật thường tham vấn ngài A Nan, vị thị giả của Phật. Ngày nay các tăng sĩ không thích loại thức ăn nào cũng có thể có cách thích hợp để từ chối mà không cần phải thốt lên một lời nói nào, như đức Phật đã từ chối sự cúng dường của lòai vượn.

Bất cứ một vị sư nào được cúng dường bữa ăn tại nhà cư sĩ đều biết rằng gia chủ thường thỉnh hỏi sư hay vị thị giả theo hầu hoặc một vị cư sĩ hộ pháp thân cận, loại thức ăn nào sư thường ăn, để có thể tránh các loại thực phẩm không thích hợp với cơ thể và tinh thần của Sư.

VÌ SAO CÓ SỰ KHÁC BIỆT

Có một điều rất đặc biệt mà có lẽ quý vị đã nhận thấy, là tất cả Phật tử không phân biệt truyền thống hay tông phái tu tập đều ***có chung một mẫu số***. Đó là điều ***tôn trọng và bảo vệ sự sống đồng thời thừa nhận và chấp hành giới luật cấm sát sinh nhằm bảo vệ sự sống ấy***. Còn việc làm thế nào để bảo vệ sự sống ấy thì có những sự khác biệt.

Điều này thiết tưởng cũng không có gì khó hiểu. Sự khác biệt này là do tâm chúng sinh khác biệt, do căn cơ và môi trường sinh sống của chúng sinh khác biệt, lại do không gian và thời gian khác biệt. Hoàn cảnh sống của Phật tử Tây Tạng khác với hoàn cảnh sống của Phật tử Việt Nam, lại càng khác hơn với Phật tử sống ở Hoa Kỳ. Ngay như hoàn cảnh quý Tăng Ni theo truyền thống Bắc Tông ở miền Nam Việt Nam (ăn chay) cũng khác với một số tăng ni theo truyền thống Bắc Tông sống tại miền Bắc từ năm 1954 đến năm 1975 (không ăn chay). Nếu quý vị hiểu được những hoàn cảnh khác biệt như vậy thì sẽ thấy không có vấn đề gì và dễ dàng cảm thông.

Còn lý do tại sao trong tất cả kinh điển Nam Tông không có điều luật ăn chay mà lại còn có điều luật cho phép ăn thịt tam tịnh nhục và các kinh điển Bắc Tông lại có điều luật không được ăn thịt.

Thưa quý vị, thưa các bạn,

Đức Phật là một đại lương y, là y vương, trước khi Ngài diễn nói, Ngài quán sát thính chúng, biết căn cơ của người nghe pháp để đưa ra những giáo pháp thích hợp nhằm chữa cho họ hết tâm bệnh. Cho nên, chúng ta cũng hiểu rằng mỗi lời Phật nói đều nhắm vào một mục đích tương đối nào đó, dành cho một đối tượng thính chúng nào đó và ở một quốc độ hay thời gian nào đó, để tháo gỡ những vướng mắc cho họ. Nếu chúng ta hiểu được hoàn cảnh của họ thì mới có thể hiểu được lời tuyên bố của Phật. Vì Phật muốn độ chúng sinh mà phương tiện nói pháp.

Chúng tôi xin lập lại: Vì Phật muốn độ chúng sinh mà phương tiện nói pháp. Ngài tuỳ duyên mà nói. Mà đã nói là tuỳ duyên nói pháp, thì không có một pháp nhất định nào có thể thuyết, có thể nói là đúng hay không đúng, mà chỉ tuỳ duyên, tuỳ thời, tuỳ hoàn cảnh, tuỳ căn cơ của từng đối tượng, mà Phật nói pháp. Trong kinh Đại Niết Bàn, Ngài cho biết lý do tại sao ngày trước Ngài cho phép hàng Tỳ Kheo ăn ba thứ tịnh nhục. Ngài nói: "Này Ca Diếp! Ba thứ tịnh nhục ấy chỉ là theo việc mà tạm chế thôi" Cũng là nhơn nơi sự mà lần lượt chế.."

Trong thời kỳ ban đầu của đạo Phật, do nội dung cách mạng và giải phóng triệt để hầu xóa tan biên giới giai cấp cùng cách phân biệt đối xử rất khắc nghiệt của xã hội Ấn Độ thời ấy, nên nhiều thế lực đã tìm cách phá hoại uy tín của Đức Phật. Cũng do điều kiện khách quan còn nhiều khó khăn, chưa thể hoạt động thật mạnh mẽ ở tất cả mọi phương diện, nên Đức Phật đã phải tùy nghi phương tiện, uyển chuyển cải cách, để vừa hoằng pháp, vừa phát triển, lại vừa sinh tồn.

Ngày xưa, vì nhu cầu tu học, nên vấn đề ăn uống cần phải được giản dị, thực phẩm phải được xem như là dược thực, vì thế tăng đoàn thời Đức Phật phải đi khất thực. Khất thực là chính sách thực hành giáo pháp. Các thầy Tỳ kheo phải giữ tâm bình đẳng mà đi khất thực từng nhà, không phân biệt giầu nghèo sang hèn để mọi tầng lớp dân chúng đều có cơ duyên thực hành hạnh bố thí cầu phước.

Pháp khất thực cũng vừa có mục đích phá trừ ngã chấp, vừa tự độ vừa độ tha, lợi mình lợi người lại khỏi mất thời gian mua và nấu nướng thực phẩm. Khi ăn thì phải trộn các món ăn với nhau để không còn phân biệt món này với món khác, món ngon món dở và không phân biệt mùi vị, mục đích để không còn luyến ái mùi vị thơm ngon, mà chỉ cần ăn để nuôi sống xác thân mà tu hành giải thoát.

Trong hoàn cảnh xứ Ấn Độ hai ngàn năm trăm năm trước đây, dân chúng thì nghèo mà tăng đoàn của Phật thì lại đông, mỗi khi đi khất thực có đến cả ngàn tỳ kheo, làm sao mà có thể có đủ thực phẩm chay. Lại nữa, đã gọi là trải ruộng phước cho mọi người gieo trồng, làm sao có thể từ chối vật thực cúng dường, tạo sân hận cho người có lòng cúng dường. Cho nên sự việc tăng đoàn thọ nhận vật thực cúng dường, dù cho có lẫn thịt cá, hoàn toàn là tình cờ, chư Tăng không hề quan tâm đến món ăn, chỉ cốt có thực phẩm để nuôi dưỡng cơ thể có đủ sức tu hành hoàn thành đạo quả.

Cũng do hoàn cảnh khó khăn, Phật không đòi hỏi mọi người một cách khắt khe, nhưng nhờ Giới Không Sát Sanh do Ngài ban hành sẽ thấm nhuần từ từ khiến cho mọi Phật tử sẽ ngừng tay giết hại súc sinh, thay thế thực phẩm bằng các thực vật rau đậu, chừng đó họ sẽ cúng dường rau đậu trái cây.

Hơn hai ngàn năm đã trôi qua, ngày nay, đời sống toàn thế giới đã tương đối sung túc hơn. Các vùng sa mạc nay cũng có thể trồng được hoa mầu. Lương thực không còn thiếu thốn như xưa. Dù nghèo, mọi người muốn cúng dường chư Tăng đều có thể thực hiện được vì thực phẩm rau đậu đâu đâu cũng có, vừa tinh khiết lại nhiều chất bổ dưỡng.

Nên nhớ là chư Tăng hoan hỷ nhận lãnh bất cứ gì người Phật tử tại gia vui lòng cúng dường. Việc ăn thịt trong ba trường hợp mà Đức Phật cho phép không còn đúng cho ngày nay, đó chỉ là pháp phương tiện mà Đức Phật uyển chuyển ban hành trong thời kỳ khó khăn nói trên. Chúng sinh có bệnh, Phật cho thuốc cũng phải tùy bệnh, tùy hoàn cảnh, thời đại, cơ duyên, có lúc thuốc phải nhẹ nhàng để thấm từ từ, có lúc bệnh nhân đủ sức chịu đựng thì Phật cho uống liều mạnh để khỏi bệnh luôn. Hay nói một cách khác, tất cả lời Phật đều là pháp phương tiện giáo hóa chúng sinh, pháp đó hợp với lý chân thật của vạn sự vạn vật, nhưng do hoàn cảnh không gian và thời gian sai khác, nên pháp đó có thể phù hợp hay áp dụng được ở một quãng thời gian hay không gian nào đó cho một số chủng loại chúng sinh nào đó, nhưng cũng có thể không phù hợp hay không áp dụng được cho một thời kỳ nào khác hay nơi chốn nào khác cho chủng loại chúng sinh khác. Đó gọi là "tuỳ duyên". Nhưng "tuỳ duyên" mà "bất biến". Bất biến là phải thực hiện cho được hạnh từ bi và bình đẳng đối với tất cả các loài chúng sinh.

Người ngày xưa khác với người ngày nay. Hoàn cảnh ngày xưa khác với hoàn cảnh ngày nay. Người và phong thổ xứ Ấn Độ khác với người và phong thổ xứ Trung Hoa và lại càng khác hơn với người và phong thổ xứ Hoa Kỳ, xứ Tây Tạng... Cho nên không có gì là khó hiểu khi thấy Phật Giáo truyền sang phương Bắc chủ trương ăn chay, truyền sang Tây Tạng có nơi ăn chay có nơi không ăn chay, tuy rằng ba bộ kinh liễu nghĩa Bắc Tông: Kinh Lăng Già, Kinh Lăng Nghiêm và Kinh Đại Bát Niết Bàn đức Phật đều dạy các đệ tử không được ăn thịt.

Sau nữa kinh Phạm Võng của Phật Giáo Bắc Tông nói về Bồ Tát giới: gồm 10 giới trọng và 48 giới khinh, trong đó giới khinh thứ 3 cấm ăn thịt. Bởi thế người nào thọ giới Bồ Tát phải trường trai. Tuy nhiên, do căn cơ của Phật tử tại gia sống tại hải ngoại, (chúng tôi xin lập lại là Phật tử tại gia sinh sống tại hải ngoại) nên vào năm 1989, Hoà Thượng Thích Đức Niệm soạn dịch quyển Tại Gia Bồ Tát Giới, thu lại còn 6 giới trọng và 28 giới khinh, trong đó không bắt buộc Phật tử tại gia thọ Bồ Tát Giới phải trường trai nữa mà chỉ cần giữ ít nhất 6 ngày chay trong một tháng (giới khinh thứ 7). [Tại Gia Bồ Tát Giới, Phật Học Viện Quốc Tế Xuất Bản 1999]

Có lẽ cũng do hoàn cảnh ngày nay khác ngày xưa và "*giáo pháp muốn tiếp tục được hữu hiệu trong việc độ đời, phải có tính cách khế lý và khế cơ*", nên Hoà Thượng Nhất Hạnh đã soạn thảo lại giới luật Tỳ Kheo và Tỳ Kheo Ni. Bộ luật mới này được gọi là "Giới Bản Khất Sĩ Tân Tu" (The Revised Pratimoksha) và đã được ban hành vào đầu năm 2003, trong đó cũng có những giới điều mới phù hợp với thời đại ngày nay và đặc biệt có giới không được ăn mặn (giới thứ 55).

Chúng tôi muốn nêu lên hai sự việc này nhằm cho thấy là quý thầy đã uyển chuyển áp dụng lời Phật dạy, áp dụng nguyên tắc khế lý và khế cơ, nguyên tắc tứ tất đàn trong giáo lý nhà Phật. Còn việc quý thầy (Hoà Thượng Thích Đức Niệm, Hoà Thượng Thích Nhất Hạnh v.v...) soạn lại giới luật có đúng với luật Phật không thì chúng tôi không dám có ý kiến vì đó là việc làm của chư Tăng.

Tưởng cũng nên nhớ vào thời đức Phật, Đề Bà Đạt Đa đã thỉnh cầu Đức Phật ban hành thêm năm điều trong giới luật của hàng xuất gia, trong đó có giới Tỳ Kheo phải ăn chay suốt đời. Với lòng từ bi và đức khoan dung, và cũng có thể đức Phật sáng suốt nhận thấy thời điểm chưa thuận tiện, nên ngài tuyên bố rằng các đệ tử của ngài được tự do hành động về năm điều này, muốn áp dụng hay không cũng được.

Cũng ngày nay tại quốc gia Tây Tạng với nhiều đặc thù, trong giới Bồ Tát của Tây Tạng gồm 18 giới trọng và 64 giới khinh, không có giới nào cấm ăn thịt cả.

Kính thưa quý vị,

Hơn 60 phút vừa qua, chúng tôi đã cố gắng trình bày nhiều khía cạnh khác nhau về vấn đề ăn chay, ăn mặn, vì biết rằng mỗi người đều có ý kiến riêng, không ai giống ai, mỗi người đều có căn cơ riêng và phước duyên khác nhau; không ai có thể áp đặt ý kiến của mình cho người khác. Thật ra, những vấn đề khác biệt mà chúng tôi vừa trình bày, không nên còn là vấn đề tranh luận nữa, nếu tất cả chúng ta cùng tôn trọng sự khác biệt của nhau, khác biệt do hoàn cảnh, do môi trường sinh sống, do môi trường tiếp cận kinh sách khác nhau, do nhân duyên, nhân quả mỗi người khác nhau và đặc biệt do sự lựa chọn lối sống cá nhân.

Có một điều chắc chắn quý vị và chúng tôi đều đồng ý rằng đạo Phật không phải là một tôn giáo có đức tin mù quáng. Đức Phật đã dạy chúng ta rằng đừng nên tin tưởng một điều gì vì văn phong, vì tập quán lưu truyền, vì là bút tích của thánh nhơn, của thầy dạy mà chỉ tin vào kinh nghiệm học hỏi và thực hành nơi chính mình và nhận là đúng, có lợi cho mình và có lợi cho chúng sinh thì áp dụng. Tất cả tùy thuộc nơi trí tuệ và tấm lòng từ bi của mỗi chúng ta. Chúng ta có quyền tự do lựa chọn, lựa chọn ăn chay hay ăn thịt cho ngon miệng hay không ngon miệng không phải là vấn đề quan trọng mà là chọn một lối sống có ý nghĩa cho mình mới là điều quan trọng.

Xin trân trọng cảm ơn quý vị đã lắng nghe và tiếp theo đây chúng tôi bước sang phần thứ ba của buổi thuyết trình ngày hôm nay.

PHẦN THỨ BA

TRẢ LỜI NHỮNG THẮC MẮC VỀ ĂN CHAY

Bây giờ đến phần trả lời các thắc mắc về vấn đề ăn chay. Thắc mắc thì rất nhiều nhưng có bốn câu mà nhiều người hỏi nhất, thắc mắc nhất, ở Việt Nam cũng như ở hải ngọai. Đó là :

(**Thứ 1**) Chúng tôi xin đọc nguyên văn thư của một độc giả gửi từ Việt Nam: "Tôi có vài dịp vào tiệm cơm chay Giác Đức ở đường Nguyễn Đình Chiểu, nhìn và nghe quý thầy, quý cô, gọi người tiếp tân để mua thịt heo quay, thịt bò nướng, thịt phay xắt lát, đùi gà chiên, cá cơm lăn bột v..v. Nghe các vị tu hành trai giới tinh nghiêm mà phải gọi các món ăn giả mặn, nghe sao nó ngượng quá. Chúng ta ăn chay là tự nguyện, tại sao lại phải chuyển sang "núp bóng" món mặn? Tôi thiết nghĩ ăn chay là đọan tuyệt với cá thịt, thực hành giới cấm sát sanh, huân tập từ bi, huân tập chủng tử Phật. Thế mà sao ăn chay lại phải vọng niệm mặn là sao? Xin đề nghị nên bỏ hình thức gỉa thịt cá để phù hợp với quan niệm từ bi, còn tên gọi các món chay không nên dùng tên gọi các món mặn để tránh ngộ nhận và gợi hình".

(**Thứ 2**) Người ta nói: "Ăn mặn nói ngay còn hơn ăn chay nói dối." Ông nghĩ sao?

(**Thứ 3**) Tại sao có một số vị sư ăn trường chay từ khi còn tu ở Việt Nam, nay qua Hoa Kỳ lại bị bệnh tiểu đường và cũng có một số vị khác bị bệnh tim mạch? Sao nói ăn chay chữa được nhiều bệnh?

(**Thư 4**) Có người xem lịch sử Việt Nam thấy Ngài Tuệ Trung Thượng Sĩ, là một vị giác ngộ, thầy của vua Trần Nhân Tông, sơ tổ Thiền phái Trúc Lâm cũng ăn mặn nên nói rằng ăn chay không cần thiết. Lý này là thế nào? Có phải Ngài Tuệ Trung Thượng Sĩ ăn mặn không?

Kính thưa quý vị, chúng tôi xin trả lời từng câu hỏi một. Trong trường hợp hết giờ, xin mời quý vị vào trang nhà của chùa Quốc Tế Online đọc nguyên văn bản thuyết trình của chúng tôi trong đó có các câu trả lời chúng tôi vừa nêu. Nếu như quý thầy cho một buổi khác, chúng tôi sẽ nhận và trả lời tất cả các câu hỏi khác của quý vị. Quý vị có thể hỏi trực tiếp hay cũng có thể e-mail về chúng tôi tại địa chỉ e-mail: tamdieu@yahoo.com

Trả lời câu hỏi thứ 1: Vấn đề tên gọi các món chay giả mặn.

Kính thưa quý vị, đây cũng là một vấn đề bắt nguồn từ nhu cầu thương mại, những nhà tư bản chế biến và kinh doanh thực phẩm đặt những cái tên giống như các loại thực phẩm chế biến từ động vật để dễ lôi cuốn khách hàng, vốn là những người có tập quán ăn những món có tên gọi như vậy, nay thấy những món cũng có hình dáng và mùi vị tương tự chút đỉnh, thì thực khách, vốn đã có thói quen ăn những món đó làm bằng thịt, sẽ cảm thấy dễ hòa nhập hơn, dễ thích ứng hơn..

Thưa quý vị, số người ăn chay ở Hoa Kỳ hiện nay khỏang hơn 12 triệu người, mà chín mươi chín phần trăm không phải là những người theo đạo Phật. Ở Việt Nam, mặc dầu không có thống kê nhưng người ta tin là số người ăn chay không phải là Phật tử cũng không nhỏ và theo dự tóan của những nhà tư bản kinh doanh, số người ăn chay ngòai cộng đồng Phật giáo trên thế giới có khuynh hướng gia tăng mạnh, nhất là ở những nước đang phát triển, trong đó có Việt Nam và Trung Hoa.

Đối với những người này thì chuyện ăn chay không vì lý do tu hành, cho nên nếu những nhà tư bản thương mại thực phẩm chay mà có thể làm những món chay càng có tính cách thuyết phục thực khách bao nhiêu thì càng hay bấy nhiêu. Làm thương mại thì phải có những phương pháp tiếp thị "marketing" để lôi cuốn khách hàng, là những người đã quen ăn thịt cá nay chuyển sang ăn chay. Nếu món nào cũng chỉ dùng tên vật liệu để gọi thì chỉ còn là vài món: nấm xào rau, rau đậu om, rau đậu luộc, rau đậu kho..v..v.., rất ít món, khó lôi cuốn khách hàng.

Dầu sao, thưa quý vị, thực khách khi đến nhà hàng chay, ăn một món giả, thì hiển nhiên đã cứu được một con vật thật khỏi bị chết. Đa số những người ăn chay ngày nay trên thế giới không phải là Phật tử. Mục đích ăn chay của họ là bảo vệ sức khỏe mang tính vị kỷ cá nhân nhiều hơn. Họ ăn chay không vì thương loài vật, nhưng phó sản của nó lại vô tình cứu loài vật bớt bị giết, và cũng giúp cho dòng nghiệp lực sinh tử, tử sinh của họ bớt nợ mạng, mặc dù họ không biết đến điều này. Cho nên, đối với những người này, món ăn chay giả mặn nếu có làm cho họ cảm thấy hấp dẫn, thích ăn, bớt thèm thịt, thì vẫn có ích lợi cho cả phía người và vật.

Nay nói đến thành phần ăn chay vì lòng thương loài vật, vì tôn trọng và bảo vệ sự sống. Thành phần này bao gồm những người theo đạo Phật và một vài đạo khác, kể cả những người không tôn giáo. Họ tránh ăn thịt chỉ vì lòng thương xót loài vật, cũng là những sinh vật có đầy đủ tình cảm, xúc động như con người. Đối với họ khi nhìn tôm thịt cá giả trên bàn, thì họ cũng cảm thông với những người đang từ từ chuyển hướng sang ăn chay, và mừng rằng một con tôm, con cá, con gà giả trên bàn ăn là đã cứu một con tôm, con cá, con gà thật khỏi bị chết. Họ quan niệm rằng: "nếu như tập quán ăn thịt cá đã bám rễ sâu xa trong con người, thì những món chay giả mặn đã cứu sống những con vật thật".

Đối với chốn già lam, nơi chùa chiền, trong các khuôn viên tự viện, đối với những Phật tử đang tu hành đạo giải thoát; ngòai ý nghĩa tôn trọng và bảo vệ sự sống, ăn chay còn là trợ duyên cho việc tu tâm giải thóat, tu hành trai giới tinh nghiêm.

Cửa chùa là nơi truyền bá đạo Phật, tu sĩ ở chùa là Trưởng tử Như Lai, đem chánh pháp dạy chư Phật tử. Một trong những lời dạy quan trọng, cốt tủy của Đức Phật là phải dùng tâm từ bi và bình đẳng để đối xử với mọi loài chúng sinh, cả người lẫn vật.

Vì thế, chúng ta nên tránh dùng những hình ảnh và từ ngữ có thể gợi hình, có thể ảnh hưởng đến tâm chúng ta. Chúng tôi hoàn toàn đồng ý với đạo hữu Đồng Lộc Hồ Ngọc Nhung là chúng ta ăn chay là tự nguyện, là tự đoạn tuyệt với cá thịt, là quay lưng với sát giới, huân tập từ bi, huân tập chủng tử Phật, và không thể nào phải "núp bóng" hay "vọng niệm" món mặn. Trong chốn già lam, nên bỏ hình thức giả thịt cá, cả tên gọi lẫn cách trình bày, nên tự biến chế từ rau đậu ngũ cốc mà đặt tên cho các món ăn chay này bằng tên gọi hoa quả, rau đậu hay tên của các vị thuốc Đông y để tránh ngộ nhận như đề nghị của đạo hữu Đồng Lộc.

Đạo Phật là đạo Tâm, giữ thân thanh tịnh, khẩu thanh tịnh chưa đầy đủ mà còn phải giữ tâm thanh tịnh mới là vẹn tòan.

Trả lời câu hỏi thứ 2: Người ta thường nói: "Ăn mặn nói ngay còn hơn ăn chay nói dối." Ông nghĩ sao?

Xin thưa. Thật ra đây chỉ là một câu nói mỉa mai của một số người ăn mặn đối với những người ăn chay mà lại hay nói dối. Xét ra thì câu so sánh nầy có hai vế không cân xứng. Ăn mặn và nói dối là hai vấn đề hoàn toàn không liên hệ với nhau. Nếu so sánh ăn mặn với ăn chay, nói dối với nói ngay thì câu trả lời đã minh bạch quá rồi. Cũng như nếu nói rằng: "Lường gạt để lấy tiền bố thí còn hơn ngay thẳng mà keo kiệt." thì rõ ràng là sẽ có hai vấn đề nhân quả báo ứng, không thể lấy chuyện nầy bù chuyện kia được. Lường gạt sẽ bị quả báo xấu về tội lường gạt, bố thí sẽ được quả báo tốt về phước đức bố thí. Ngoài đời cũng vậy. Không thể nói với ông Tòa rằng đi lường gạt để tặng người khác thì khỏi bị tội. Tốt hơn hết, đừng ăn mặn và đừng nói dối mà nên ăn chay và nói ngay, như thế là đã giữ hai giới trong năm giới rồi đấy, sẽ khỏi nợ mạng chúng sinh, sẽ thênh thang bước nhẹ trên con đường nhân quả. Tuy nhiên, nếu một người ăn mặn nói ngay còn người kia ăn chay nói dối mà không thể làm được cả hai điều là ăn chay và không nói dối thì nên chọn đường lối nào? Có nhiều người cho rằng ăn chay dễ hơn là giữ giới không nói dối và ăn chay quan trọng hơn là nói dối vì giết hại chúng sinh là ác nhất, nó tác động mạnh mẽ đến nhiều đời nhiều kiếp qua quá trình nhân quả.

Ăn chay với tâm từ bi còn có lợi là nuôi dưỡng và tăng trưởng lòng từ bi trong đời sống hiện tại và huân tập phước báu cho mai sau. Theo các nhà khoa học xã hội, thì đa phần những kẻ sát nhân đều có nguồn gốc là những đứa trẻ không có lòng nhân từ, thường thích hành hạ và chém giết súc vật. Còn nói dối, lẽ dĩ nhiên, cũng vẫn bị chi phối bởi luật nhân quả, nhưng cũng tùy câu nói dối mà sẽ gặp quả báo nặng nhẹ khác nhau.

Trả lời câu hỏi thứ 3: Tại sao một số vị sư ăn trường chay

từ khi còn tu ở Việt Nam, nay qua đây lại bị bệnh tiểu đường và cũng có một số vị khác bị bệnh tim mạch, như vậy là sao? Sao nói ăn chay chữa được nhiều bệnh?

Quả thật, dư luận trong cộng đồng Phật Giáo Việt Nam ở Hoa Kỳ cho biết có một số tăng ni ăn chay trường mà vẫn bị bệnh tiểu đường và có vị còn thêm bệnh tim mạch. Điều này cũng có thể hiểu và giải thích được, nhưng trước hết phải nói ngay rằng ăn chay đúng cách và tập thể dục đều đặn chỉ có khả năng giảm nguy cơ lâm bệnh 58% mà thôi và nói một cách khác, những người ăn chay và tập thể dục này vẫn có thể bị bệnh như thường huống hồ là ăn chay không đúng cách và không tập thể dục và các vị tăng ni bị bệnh cũng nằm trong trường hợp này, không ai được đặc cách miễn bệnh tiểu đường hay tim mạch. Việc một số sư và ni ăn chay trường bị bệnh tiểu đường loại II có thể là do các nguyên nhân sau đây:

(1) Ăn chay không đúng phương pháp

(2) Do sự thay đổi môi trường sống

(3) Không luyện tập thể dục hay luyện tập thể dục không đều đặn và không đủ liều lượng

(1) DO ĂN CHAY KHÔNG ĐÚNG PHƯƠNG PHÁP

Ăn chay để ngăn ngừa bệnh tim và tiểu đường, theo các nhà khoa học Hoa Kỳ cho biết là phải thật ít chất béo, nhiều chất xơ, không cholesterol và nhiều carbo phức hợp (unrefined complex carbohydrate). Khẩu phần ăn hàng ngày bao gồm rau trái tươi các loại, cơm gạo lức, các loại ngũ cốc, đậu hạt và không dùng các loại thực phẩm tinh lọc như cơm gạo trắng, bột mì, bột bắp, bột gạo, pasta và thực phẩm chay biến chế công nghiệp..v..v... Theo bác sĩ Monroe Rosenthal, M.D., Giám đốc Y Khoa chương trình Pritikin Program ở Santa Monica bang California Hoa Kỳ cho biết: "chất béo là nguyên nhân chánh của bệnh tiểu đường, càng nhiều chất béo trong chế độ dinh dưỡng càng làm khó khăn cho insulin đưa đường vào trong tế bào. Insulin hoạt động dễ dàng trong điều kiện ít chất béo."

Một số người Việt chúng ta ở hải ngoại ăn chay không đúng cách, không đúng phương pháp, không mấy giúp cho sức khỏe tốt. Thường người Việt nam chúng ta sử dụng ngũ cốc nhiều hơn, nhất là cơm gạo trắng, các loại bún, bánh phở và các loại bánh khác làm từ bột gạo, như bánh canh, bánh đúc, bánh xèo, nên xảy ra tình trạng dư thừa năng lượng từ ngũ cốc. Nếu không sử dụng hết năng lượng dư thừa này qua các hoạt động thể lực thì rất dễ béo phì và dễ sinh ra bệnh tiểu đường. Quý bà khi nấu ăn thường dùng quá nhiều bột ngọt, đường, muối, thực phẩm chay biến chế và các thực phẩm tinh lọc, nhất là dùng quá nhiều dầu để chiên xào. Mặc dầu dầu thảo mộc không có chất cholesterol nhưng có lượng cao chất béo không bão hoà và khi chiên nhiều lần, có độ nóng lâu, dầu không bão hòa sẽ trở thành loại dầu có đặc tính giống như bão hòa mà người ta gọi là trans-fatty acids. Chất béo bão hòa (saturated fat) và trans-fatty acids là những chất béo không tốt, làm gia tăng chất cholesterol xấu LDL và đồng thời làm giảm cholesterol tốt HDL trong máu, do đó gia tăng mức nguy hiểm về bệnh tim mạch và đồng thời cũng làm cho chất insulin giảm hiệu năng hộ tống chất đường vào trong các tế bào.

Do đó, tốt nhất là giảm tối đa các chất béo, không nên chiên đậu hũ, mà nên nướng hay luộc hay nấu canh, vừa giản dị lại vừa bổ. Nên dùng loại dầu canola hay olive oil, có bách phân chất béo bão hoà thấp nhất (4%) trong tất cả các loại dầu thảo mộc hiện nay có bán trên thị trường. Nếu dùng dầu để trộn xà lách thì nên dùng dầu olive hay dầu faxseed oil, vừa thơm lại vừa tốt cho sức khỏe.

(2) DO SỰ THAY ĐỔI MÔI TRƯỜNG SỐNG

Theo các nhà khoa học, cơ thể sinh lý của người Việt Nam chúng ta thuộc loại biến dưỡng chậm (slow metabolizer). Khi còn ở quê nhà các tăng ni làm việc thể lực nhiều, công phu tu nhiều, ăn uống đơn sơ. Dưới mắt nhìn của các nhà dinh dưỡng học là thiếu chất bổ dưỡng, nhưng cơ thể thuộc loại biến thể chậm, lại có nhiều công phu tu tập nên không nảy sinh vấn đề, nay phải đổi sang một môi trường sinh sống mới, nhiều tăng ni phải đi làm sở Mỹ kiếm tiền, giảm giờ công phu và ăn uống theo phong tục người Tây phương lấy bữa ăn tối làm chính. Mặc dầu là ăn chay nhưng lại là thực phẩm chay chứa quá nhiều chất bổ dưỡng (nhiều chất béo, chất đạm, chất đường, muối và tinh bột) và sự hoạt động thể lực lại quá ít, mà cơ thể vẫn giữ thói quen cũ (loại biến dưỡng chậm), các chất bổ dưỡng dư thừa liên tục đưa vào cơ thể, không được chuyển hóa nhanh thành năng lượng nên biến thành mỡ, do đó dễ sinh ra bệnh tiểu đường và tim mạch.

Khi đề cập đến vấn đề này, một nhà báo Phật tử ở quận Cam đã viết: "Mỗi bữa ăn của hầu hết chư tăng ni hải ngoại đều là bữa tiệc, mà Phật tử nấu ăn toàn là thứ thiện chiến. Và khi chư tăng ni ăn ít hay không muốn ăn thì sợ người nấu buồn. Và các bà cụ công quả này thì cứ hối thúc Thầy "Thầy ơi, ăn giùm con đi." vì đây là ruộng phước của các bà cụ mà...".

(3) DO KHÔNG TẬP THỂ DỤC HAY TẬP THỂ DỤC

KHÔNG ĐỀU ĐẶN

Nguyên nhân thứ ba là các tăng ni thiếu tập thể dục hoặc nếu có thì đi tập không đều đặn. Yếu tố đều đặn (consistency) quan trọng hơn yếu tố cường độ (intensity). Các nhà khoa học cho biết tập thể dục bằng cách đi bộ nhanh trên treadmill hay ngoài trời đều đặn mỗi ngày ba mươi phút là tốt nhất, đem lại nhiều lợi ích cho sức khỏe nhất.

Luyện tập thể dục đều đặn làm máu lưu thông dễ dàng đến mọi chỗ trong cơ thể, chuyển vận ốc xy và các chất dưỡng sinh khác nuôi dưỡng các tế bào, tạo năng lượng hoạt động cho con người. Luyện tập đều đặn cũng gia tăng tỷ trọng chất xương, làm xương cốt cứng mạnh hơn, giảm áp xuất máu, giảm sự thành lập các cục máu đông và đồng thời có tác dụng gia tăng hàm lượng cholesterol tốt HDL và giảm chất béo triglycerides trong máu.

Đi bộ chậm, trong Phật giáo gọi là thiền hành, chỉ có lợi cho sự thư dãn tâm hồn mà không có tác dụng gì cho cơ thể nên không thể xem là tập thể dục được. Tập thể dục đúng cách có nghĩa là tập đều đặn hàng ngày và tập với nhịp tim đập trong khoảng từ 65 đến 85 phần trăm nhịp tim đập tối đa. Nhịp tim đập tối đa được tính theo công thức: 220 trừ số tuổi. Thí dụ bạn 57 tuổi, nhịp tim đập tối đa của bạn là 220 -57 = 163. Do đó, khi bạn đi bộ trên máy treadmill hay đi bộ ngoài trời, nhịp tim đập của bạn phải được giữ trong khoảng từ 65% đến 85% nhịp tim đập tối đa 163 của mình, tức là trong khoảng 106 đến 138 nhịp tim đập mỗi phút, theo cách tính như sau: (a) 65% x 163 = 106 (b) 85% x 163 = 138.

Khi luyện tập nên tập trung vào một đề mục nào đó, như theo dõi hơi thở vào ra, theo dõi bước chân đi hay quán tưởng một hình tượng tôn thờ tín ngưỡng hoặc một câu kinh. Chính sự tập trung tinh thần này cũng nâng cao hiệu quả tập luyện và là một lối thiền đi bộ tạo nên sự thư giãn tâm hồn. Các nhà nghiên cứu đã cho biết rằng tập luyện đều đặn hàng ngày với nhịp tim đập trong khoảng cho phép như trên đem đến kết quả cao nhất. Tập luyện không đều đặn hay tập thấp hơn 65% hoặc cao hơn 85% đều không đạt kết quả mong muốn. Tập cao hơn nhịp tim đập tối đa còn có thể gây chấn thương hoặc tử vong, như trường hợp điển hình của hai tài tử bóng rổ Boston Red Sox Tony Conigliaro và Peter Maravich chết khi đang chơi bóng rổ và lực sĩ dã trường Jacques Bussereau chết khi đang chạy 1984 New York Marathon.

Trả lời câu hỏi thứ 4: Có người xem lịch sử Việt Nam thấy ngài Tuệ Trung Thượng Sĩ, là một vị giác ngộ, thầy của vua Trần Nhân Tông sơ tổ Thiền phái Trúc Lâm cũng ăn mặn nên nói rằng ăn chay không cần thiết. Lý này là thế nào? Có phải ngài Tuệ Trung Thượng Sĩ ăn mặn không?

Việc ngài Tuệ Trung Thượng Sĩ ăn mặn hay ăn chay, lịch sử không ghi chép rõ. Chỉ biết ngài ăn mặn trong một bữa tiệc do em gái ngài, Hoàng Thái Hậu Nguyên Thánh Thiên Cảm, thiết đãi khách quí trong hoàng cung. Mặc dù trên bàn tiệc có cả thức ăn chay và thức ăn mặn, nhưng ngài vẫn điềm nhiên ăn thịt cá. Thái Hậu thấy lạ mới hỏi: "Anh tu thiền mà ăn cá thịt thì thành Phật sao được?" Ngài cười đáp: "- Phật là Phật, anh là anh. Anh không cần làm Phật, Phật không cần làm anh.."

Trong giai thoại này nảy sinh nhiều nghi vấn và có ít nhất hai lời giải thích như sau:

Giải thích thứ nhất cho rằng ngài là một vị cư sĩ thọ Bồ Tát

Giới tại gia, thầy của vua Trần Nhân Tông, sáng tổ Thiền Phái Trúc Lâm Yên Tử, do đó không có ý gì nghi ngờ về việc ngài ăn mặn hay ăn chay vì trong 10 giới trọng và 48 giới khinh của Bồ Tát Giới có giới cấm sát sinh (giới trọng thứ nhất), giới cấm không được ăn tất cả thịt của mọi loài chúng sinh (giới khinh thứ 3). Ngài đã tu hành đạt đạo giải thoát, đã kiến tánh, đã thoát trần, đã vượt qua bờ tương đối, thì chuyện giới hoặc không giới, ăn chay hay ăn mặn không còn đặt ra với ngài nữa. Một minh chứng rõ ràng là vua Trần Nhân Tông đã tán thán ngài: "Sống chung đời tục, hoà ánh sáng với bụi bặm; Với vạn vật chưa từng xúc phạm tới, hay làm nghịch với lẽ đạo." Vua Trần Nhân Tông đã ca ngợi ngài, tuy sống cùng với thế tục mà không nhiễm ô, không dính dấp với hồng trần. Vua cũng khen ngợi ngài có một tấm lòng từ bi bao la vô lượng. Ngài đã thể hiện tâm từ với tất cả chúng sinh, chưa từng xúc phạm tới vạn vật, cả vật hữu tình lẫn vô tình, cũng như không sống nghịch với lẽ đạo thì làm sao mà có thể cho rằng ngài ăn thịt chúng sinh.

Còn việc ngài ăn thịt cá trong bữa tiệc do em ngài khoản đãi có thể là ngài khai thị riêng cho em ngài, nhằm đả phá quan niệm sai lầm rằng ăn chay để thành Phật của Hoàng Thái Hậu, ý muốn nói sự tu tâm mới là điều quan trọng. Ngài là bậc giác ngộ, tâm đã bình đẳng, đã vượt thoát trói buộc của nhân quả, ra khỏi qui luật của thế giới hiện tượng tương đối, mọi sự việc xảy ra trong đời đối với ngài chỉ còn là câu truyện trong giấc mộng đêm qua, mọi hành động và lời nói của ngài đều tuôn ra từ cảnh giới giải thoát, là tùy duyên phương tiện nói pháp cho chúng sinh còn vướng mắc mà thôi.

Thái độ của ngài Tuệ Trung Thượng Sĩ cũng nhằm đánh tan những đầu óc bảo thủ, cố chấp, thường làm con người ta trở thành kẻ nô lệ của mọi thứ và của cả chính mình. Ở Tuệ Trung nổi bật một tinh thần "phá chấp" triệt để. Ngài cực lực đả kích cái nhìn "nhị kiến" phân chia mọi vật ra thành hai cực giá trị để gán cho nó một cực này hoặc cực kia. Tuy nhiên, trong một dịp nói chuyện với vua Trần Nhân Tông về ăn chay ăn thịt và trì giới với nhẫn nhục ngài đã dặn nhỏ vua : "Đừng nói với những người không hiểu biết, (Vật thị phi nhân)". Lời dạy của ngài là chân lý, là rốt ráo, cứu cánh, nhưng kẻ tầm thường thì không nên biết. Vì họ biết qua lời này họ sẽ chấp.

Hoà thượng Thanh từ có giảng trong Tuệ Trung Thượng Sĩ Ngữ Lục là "*Những người tầm thường, họ không hiểu nổi những ý nghĩa thâm sâu thì không nên nói cho họ nghe có hại. Những câu này chỉ nói cho người xuất cách, vượt khỏi tầm thường nghe, hạng người này mới có đủ khả năng tiếp nhận*"(Tuệ Trung Thượng Sĩ Ngữ Lục Giảng Giải HT Thanh Từ Thường Viện Thường Chiếu VIỆT NAM ấn hành 1996 trang 104)

Cách đây nửa thế kỷ, Hoà Thượng Thích Mật Thể cũng đã dặn các đệ tử của ngài là: "*Chỗ này rất nên chú ý: đừng nên lầm sự vô ngại của các ngài đã giải thoát (làm mà không trú tâm tham trước) với những hành vi phóng túng buông lung mà nguỵ biện là giải thoát. Đối với người tu hành bao giờ cũng phải lấy thanh tịnh trì giới làm gốc*" (V, tr. 155).

Và theo lịch sử Thiền tông Trung Hoa, các vị Tổ kiến tánh cũng thường có các hành động phá chấp vượt ra ngoài ý nghĩ bình thường. Như thiền sư Đan Hà trèo lên cổ tượng Bồ Tát Văn Thù ngồi, và chẻ tượng Phật lấy gỗ đốt để sưởi. Các ngài làm thế vì muốn phá tâm chấp của một số chúng sinh.

Còn **giải thích thứ nhì** cho rằng ngài Tuệ Trung Thượng Sĩ, mặc dù đã đạt đạo giải thoát nhưng là giải thoát theo tư tưởng Lão Trang, cá thể hoà đồng với nhất thể của vạn vật trời đất và chủ trương vui sống tự do phóng khoáng theo quy luật tự nhiên. Lập thuyết này cho rằng qua thơ văn và những tác phẩm của ngài hiện có cho thấy được phần lớn tư tưởng của ngài, mà tư tưởng rõ nét nhất của ngài là tư tưởng thiền, một thứ thiền có thể nói là hỗn hợp thiền của Phật Giáo và thiền của Lão Giáo Trung Hoa.

Qua những thơ văn và tác phẩm của ngài để lại, ai cũng thấy tư tưởng thiền của ngài hoàn toàn khai phóng, không chấp trước, và giải thoát khỏi mọi ràng buộc. Nhưng cái giải thoát của ngài là để hoà đồng với nhất thể của vạn vật trời đất. Phải chăng đây cũng là tư tưởng "vạn vật đồng nhất thể - tiểu ngã hoà đồng với đại ngã của Áo Nghĩa Thư"? Ngài cho rằng: "ăn cỏ hay ăn thịt là tập quán tự nhiên của mỗi loài khác nhau, điều đó cũng là tự nhiên như mùa xuân đến thì cây cỏ mọc, cũng chỉ là "lẽ sống" của muôn loài, không có chuyện tội hay phúc ở đây.

Với chủ trương tự do phóng khoáng, sống theo quy luật tự nhiên, thì phải sống theo sự vận hành của trời, đất, của bốn mùa, của môi trường sống chung quanh và sống theo con người. Cho nên qua văn thơ của ngài, chúng ta thấy ngài sống rất tự nhiên, như nơi ngài đến, bến ngài tắm, họ đều như thế cả, lẽ nào làm khác đi, ngài chỉ tuỳ nghi: "*Vào nước mình trần bỏ áo đi, Phải đâu quên lễ chỉ tuỳ nghi.*"...Ngài đã hoà cùng ánh sáng, đồng nhất với bụi bặm tức "*biết hào quang đồng trần*" (tư tưởng của Lão Tử). Thế cho nên việc ngài không ăn chay là chuyện bình thường, cũng như chuyện ngài có thê thiếp cũng là lẽ thường đối với ngài.

Có thể ngài là một người đã tu chứng cao siêu, không còn tâm chấp và phân biệt, đã đạt đạo giải thoát, dù là giải thoát theo tư tưởng của Lão Tử hay theo tư tưởng Phật Giáo (?) thì những lời ngài để lại cho hậu thế cũng là những khuôn vàng thước ngọc, nhất là vị trí của ngài trong lịch sử. Ngài là chú của vua và cũng là Thầy của Sơ Tổ Thiền Phái Trúc Lâm Yên Tử Trần Nhân Tông .

Trường hợp những người hậu thế chúng ta, nếu cứ y cứ theo sách vở ghi chép về ngài bắt chước, sống theo quy luật tự nhiên, đói thì ăn, mệt thì ngủ, là trai phải có vợ, là gái phải có chồng và sinh con đẻ cái, nếu trong một môi trường xã hội đa thê thì lấy nhiều vợ, đa phu thì lấy nhiều chồng; thì liệu chúng ta có thể tự giải thoát ra khỏi vòng sinh tử luân hồi mà Phật giáo chủ trương chăng? Hay là bị môi trường cuốn hút và trôi lăn mãi trong vòng tử sinh?

Đó là hai cách giải thích, chúng tôi nhường lời cho quý vị cao minh.

HỎI ĐÁP VỀ ĂN CHAY

Sau khi cuốn sách Thực Phẩm Rau Đậu Qua Lăng Kính Khoa Học do nhà xuất bản Văn Nghệ phát hành vào tháng 9-1997, chúng tôi nhận được một số câu hỏi của quý độc giả. Nhận thấy những câu hỏi đều hữu ích và có tính cách chung nên chúng tôi ghi ra đây. Phần trả lời không phải là do ý chúng tôi mà là do chúng tôi thỉnh thị của chư Hòa Thượng tôn đức và các vị Cư Sĩ hay tham khảo các Ngữ Lục của chư Tổ. Riêng về phương diện dinh dưỡng chúng tôi cũng tham vấn các giáo sư đại học về khoa dinh dưỡng qua điện thoại và E-mail. (Lời Soạn Giả)

HỎI Tôi muốn ăn chay, có công đức chăng?

ĐÁP Các loài có vẩy, có mai, có lông mao, lông vũ, thể chất tuy khác với người, nhưng sự hiểu biết và sự đau khổ đâu có khác chi người. Bởi đời trước nghĩ sai, nên đời này hình hài có khác. Nếu như một lòng tín thành dứt ăn thịt, giữ giới không sát sanh, thật là bậc "Đại đức quân tử". Có thể bảo là người nhân từ, người thiện. Nếu quả ông ăn chay, giữ giới suốt đời không sờn lòng, chẳng những thêm nhiều phúc và thọ mà còn gieo được chánh nhân giác ngộ. Khá thương cho người đời không trí huệ, tham đắm vị ngon, mặc tình dồn chứa, ra tay sát hại, tạo tác muôn ngàn. Chỉ ngon qua ba tấc lưỡi, một ngày kia thay đầu đổi mặt, lần lượt nuốt ăn. Lúc ấy đau khổ hối hận không người giúp cho. [1]

HỎI Người đời đều cho bò, heo, dê, gà, vịt, ngỗng, các loài chim, loài cá là trời sanh ra để làm đồ ăn cho con người. Nếu không giết để ăn, dùng chúng làm gì?

ĐÁP Người đời ăn thịt, buông lung tâm ý mổ giết để thích khẩu, khoái bụng. Đâu chẳng biết, tất cả chúng sanh dưới nước, trong đất, trên không, trên bộ, chẳng qua là do nghiệp lực quả báo mà có thân xác khác nhau. Người đời tuy nhờ phước nhất thời mà khinh thường sát hại quá nhiều rồi. Tha lực yếu kém làm sao chống chỏi nổi hận oán kia? Có ngày sẽ báo đền oan trái. Quả thật nếu heo, dê, gà vịt..v..v.. trời sanh ra làm đồ ăn cho người, còn ở thế gian những loài sài lang, hổ báo, muỗi mòng, chí rận ..v..v.. vô hạn ác thú hung cầm đều hay ăn người, đâu không phải trời sanh? Giả sử người nam kẻ nữ đều làm đồ ăn cho loài vật có nên không? Người đời không rõ tạo nghiệp sẽ đền mạng lẫn nhau. Không biết cớ sao lại cho việc sát sanh là việc đáng nên làm, thật quá ngu muội. [2]

HỎI Tôi thường nghe người đời nói "Người có lòng tốt cũng như người ăn chay rồi". Lý này là thế nào?

ĐÁP Bậc nhân đức quân tử, người hiền có lòng nhân từ, làm lợi ích cho người, cứu tế loài vật, nhóm công chứa đức, cho đến những chỗ động dụng làm việc, thấy sanh linh rơi vào chỗ chết, lúc ấy đâu không khởi lòng trắc ẩn cứu cho được sống, có lòng từ bi như thế mới bảo là người tốt. Vô cớ giết nó cho vào miệng ta, hoặc cầm dao bén mổ bụng, hoặc nắm dao nhọn đâm vào tim, lóc da, đánh vẩy, cắt cổ, bổ vỏ, hoặc nấu, hoặc kho, hoặc bỏ vào nồi hầm hay bỏ vào lò nướng, trăm cách tạo tác làm cho ngon miệng khoái bụng, lòng thương xót hoàn toàn không, như vậy lòng tốt ở chỗ nào? Mà lại nói lời mê như thế? Tội lỗi kia làm sao có thể sám hối?

Tôi nay nói rõ, ông hãy lắng nghe: Quả như ông một đời giữ giới không sát sanh, ăn chay suốt đời chẳng chán, dù tâm ông chẳng tốt, phải đọa vào loài khác, nhưng cũng không rơi vào tay người giết hoặc trong vạc sôi lò lửa. [3]

HỎI Vì sao hiện nay con người mắc phải nhiều chứng bệnh quái lạ, ác ôn?

ĐÁP Nói vắn tắt thì đó là do nghiệp sát sanh mà ra. Bạn giết chúng sanh nào thì chúng sanh đó đến tìm bạn để đòi nợ máu. Cho nên, trước những bệnh quái dị này, thày thuốc cũng đành bó tay. [4] (Trong kinh Thập Thiện Nghiệp Đạo, Phật nói "không sát sinh được 10 thứ lợi ích, trong đó có hai điều là thân thường mạnh khỏe, không có bệnh tật và thọ mệnh lâu dài, không bị chết non" - Lời người biên soạn thêm vào)

HỎI Có tôn giáo cho rằng động vật được sanh ra là để cho loài người ăn, cho nên ăn mạng là một việc hợp lý lẽ trời đất.

ĐÁP Phật Giáo đề xướng tinh thần "mọi vật đều cùng một thể, đó gọi là Đại Bi", và xem mọi loài chúng sanh đều có Phật tánh, đều sẽ thành Phật; cho nên chủ trương giới không sát sanh và phóng sanh. [5]

HỎI Động vật chết rồi có đầu thai chăng?

ĐÁP Chúng cũng đầu thai tương tự như loài người vậy. Thí dụ như có người kiếp này là người Trung Hoa, kiếp sau là người Mỹ, kiếp sau nữa lại là người Nhật.., thì động vật cũng thế, cũng "di dân" y như vậy. Động vật cũng có tánh linh, và tánh linh của chúng cũng có thể luân chuyển; song tùy nơi nghiệp lực, hành vi và tư tưởng mà có sai biệt. [6]

HỎI Trong nhà tôi có rất nhiều gián kiến. Đạo Phật dạy

không nên sát sanh, vậy tôi phải giải quyết như thế nào?

ĐÁP Gián kiến thường hay thích chất ngọt và lui tới nơi ẩm ướt, vì thế trước hết phải giữ bếp núc thật sạch sẽ và khô ráo. Nếu thấy có chúng xuất hiện nên dùng tâm từ bi mà đối xử, không nên đập đánh chà xát hay dùng thuốc độc mà giết chúng; có người dùng mật ong hay chất đường rủ chúng ra ngoài mà ăn và sinh sống. [7]

HỎI Tôi làm việc ở trại nuôi gà. Nhất thời chưa có cách đổi nghề, vậy tôi phải làm sao để biến trại nuôi gà thành đạo tràng cầu siêu độ đàn gà đó.

ĐÁP Bạn đang ở thế "tiến thoái lưỡng nan". Phương pháp tốt nhất là đừng nuôi gà nữa, mà hãy nuôi người. [8]

HỎI Có pháp môn phương tiện gì để khuyên giải những kẻ chuyên lấy việc giết gà giết vịt làm kế sinh nhai?

ĐÁP Phàm lẽ, xưa trót tạo tội, nay đã biết lỗi lầm thì phải lo sửa đổi, không nên tái phạm. Có câu rằng "Có tội mà biết sửa, Tội liền biến thành không." Chư Bồ Tát không thấy chúng sinh có tội lỗi. Chính mình phải tự nguyện thọ trì giới luật. Chư Phật và chư Bồ Tát tuyệt đối chẳng bao giờ bày mưu thiết kế hãm hại chúng sanh, làm chúng ta đọa địa ngục cả. Khi xưa nếu bạn đã phạm Ngũ Giới, nay đừng tái phạm nữa là đủ. Có người giải thích chữ nhục, [9] nghĩa là thịt, như sau: "chính chúng sanh lại ăn thịt chúng sanh, Ngẫm cho kỹ thì là người ăn người." Tại sao nhất định phải dựa vào việc sát sanh để duy trì sự sống của mình chứ? [10]

HỎI Vì sao người Phật tử phải ăn chay?

ĐÁP Người đời bị ngũ dục làm mê mờ. Chỉ vì muốn ăn ngon

nên sát sanh để nuôi dưỡng thân mạng. Họ không biết rằng ăn thịt chúng sanh tức là ăn thịt của chính họ! Bởi, ăn một cân thịt, bạn nhất định phải trả 16 lượng; đây là việc bạn không thể trốn tránh được. Do đó, cả một đời, người đời cứ phải trả nợ, đòi nợ; đời đời kiếp kiếp không thể thoát khỏi luân hồi. Huống chi những miếng thịt họ ăn có khi là thịt của chúng sanh mà xưa kia đã từng là cha mẹ của họ? Làm sao tâm mình lại có thể bất nhẫn đến như vậy. [12]

HỎI Tôi thích ăn chay nhưng kẹt một nỗi là vẫn còn thích và quyến luyến mùi vị thịt, vậy tôi phải làm sao?

ĐÁP Một nguyên tắc áp dụng để thay đổi những thói quen sâu dày là phải chuyển hóa từ từ để tránh phản ứng của của cơ thể. Bạn hãy áp dụng những thói quen tốt mới, với sự chăm sóc cẩn thận. Chẳng bao lâu thói quen mới sẽ lớn mạnh và đẩy lui thói quen cũ. Cũng vì vậy chúng tôi yêu cầu bạn ăn chay đều đặn một ngày trong một tuần, cho đến khi bạn quen sẽ gia tăng lên. Nếu mọi nỗ lực không làm bạn thay đổi được tập quán ăn thịt, chúng tôi đề nghị bạn nên đi tham quan lò sát sinh, hy vọng nó sẽ giúp bạn.

HỎI Thỉnh thoảng tôi đi máy bay nhưng không biết họ có đồ ăn chay không?

ĐÁP Hầu hết các hãng máy bay đều cung cấp thức ăn chay nếu như bạn yêu cầu. Vì thế ngay khi mua vé bạn hãy yêu cầu người bán vé order cho bạn thức ăn chay. Cũng nên kiểm lại với hãng airline trước khi khởi hành xem trong danh sách những hành khách ăn chay có tên bạn không.

HỎI Cây cỏ hoa lá có cảm giác đau đớn không khi chúng ta ăn chúng?

ĐÁP Người ta tin rằng cây cỏ không có khả năng kinh nghiệm đau đớn vì chúng không có hệ thống thần kinh não bộ.

HỎI Chúng tôi được biết có một số vị sư ăn trường chay từ khi còn tu ở Việt Nam, nay qua đây lại bị bệnh tiểu đường và cũng có một số vị khác bị bệnh tim mạch, như vậy là sao? Sao nói ăn chay chữa được bệnh?

ĐÁP Trước hết phải nói ngay rằng không một giai cấp hay thành phần xã hội đặc biệt nào, kể cả nhóm người khác biệt theo chế độ ăn uống hay khác biệt trong lãnh vực nghề nghiệp chuyên môn hay học vấn mà bệnh tiểu đường hay tim mạch lại tránh né không xâm phạm tới. Mặc dù ăn trường chay nhưng những nghiên cứu khoa học cho biết không phải 100% không bị bệnh, bách phân còn lại, dù là thiểu số, bị bệnh có thể là do những lý do khác mà một trong những lý do này theo đạo Phật thì có thể là do nghiệp bệnh. Tuy nhiên những nghiên cứu khoa học gần đây cho hay cơ thể của những nhóm dân tộc thiểu số người Mỹ gốc da đỏ, người Mỹ gốc Phi Châu và những dân tộc ở các quốc gia chưa phát triển thuộc loại biến dưỡng chậm (slow metabolizer) nay phải đổi sang một môi trường sinh sống mới với lối dinh dưỡng quá đầy đủ và sự hoạt động thể lực lại quá ít, mà cơ thể vẫn thói quen cũ (loại biến dưỡng chậm) do đó d sinh ra bệnh. [13] Một vài thầy có thể cũng rơi vào trường hợp này do sự thay đổi môi trường sống tạo nên. Khi còn ở quê nhà quý thầy làm việc thể chất nhiều, ăn uống đơn sơ, bữa ăn chỉ là vài miếng đậu hũ chiên, xào hay kho mặn, vài miếng chao nhỏ, hay ăn với dưa chua, củ cải khô ngâm muối. Chắc chắn dưới con mắt nhìn của các nhà dinh dưỡng học là không đủ chất bổ dưỡng, nhưng cơ thể thuộc loại biến dưỡng chậm (slow metabolizer) nên không sao cả. Khi qua đến Hoa Kỳ, hoạt động thể chất không nhiều bằng ở Việt Nam mà lại ăn uống nhiều chất bổ dưỡng hơn, mặc dù là ăn chay, nên cơ thể không thích hợp và do đó d phát sinh ra bệnh tiểu đường và tim mạch.

Tưởng cũng cần nói thêm ở đây ngoài lý do thay đổi môi trường sống như đã đề cập, ăn chay theo lối người Việt chúng ta không mấy giúp cho sức khỏe tốt vì dùng quá nhiều dầu để chiên xào, quá nhiều bột ngọt, đường và các thực phẩm tinh lọc. Mặc dầu dầu thảo mộc không có chất cholesterol nhưng có lượng cao chất béo không bão hoà và khi chiên nhiều lần, có độ nóng lâu, dầu không bão hòa sẽ trở thành loại dầu có đặc tính giống như bão hòa mà người ta gọi là trans-fatty acids. Chất béo bão hòa (saturated fat) và trans-fatty acids là những chất béo không tốt, làm gia tăng chất cholesterol xấu LDL và đồng thời làm giảm cholesterol tốt HDL trong máu, do đó gia tăng mức nguy hiểm về bệnh tim mạch và đồng thời cũng làm cho chất insulin giảm hiệu năng hộ tống chất đường vào trong các tế bào. [14] (Xin xem thêm bài Choesterol và Triglycerides)

Vì những lý lẽ trình bầy trên, tốt nhất là giảm tối đa các chất béo, không nên chiên đậu hũ, nên luộc hay nấu canh, hoặc nướng, vừa giản dị lại vừa bổ, hoặc lâu lâu đổi bữa bằng đậu chiên và chỉ nên dùng lại dầu cũ một lần, rồi đổ đi, đừng tiếc, vì nó sẽ làm hại sức khỏe, vốn quí của kiếp người. Nên dùng loại dầu canola, có bách phân chất béo bão hoà thấp nhất (4%) trong tất cả các loại dầu thảo mộc hiện nay có bán trên thị trường. Nếu dùng dầu để trộn xà lách thì nên dùng dầu olive hay dầu faxseed oil, vừa thơm lại vừa tốt cho sức khỏe..

HỎI Có người xem lịch sử Việt Nam thấy Ngài Tuệ Trung

Thượng Sĩ, là một vị giác ngộ, thầy của vua Trần Nhân Tông, sơ tổ Thiền phái Trúc Lâm cũng ăn mặn nên nói rằng ăn chay không cần thiết. Lý này là thế nào? Có phải Ngài Tuệ Trung Thượng Sĩ ăn mặn không?

ĐÁP Theo sách Thiền Sư Việt Nam [15] thì Tuệ Trung Thượng Sĩ là một cư sĩ thọ Bồ Tát Giới, thầy của vua Trần Nhân Tông, sáng tổ Thiền Phái Trúc Lâm Yên Tử, do đó không có ý gì nghi ngờ về việc ngài ăn mặn hay ăn chay vì trong 10 giới trọng và 48 giới khinh của Bồ Tát Giới có giới cấm sát sinh (giới trọng thứ nhất), giới cấm không được ăn tất cả thịt của mọi loài chúng sinh (giới khinh thứ 3), và giới cấm cất chứa những khí cụ sát sinh (giới khinh thứ 10).

Việc ngài Tuệ Trung Thượng Sĩ ăn mặn là nhân một bữa tiệc do em gái ngài, Hoàng Thái Hậu Nguyên Thánh Thiên Cảm, thiết đãi khách quí trong hoàng cung. Mặc dù trên bàn tiệc có cả thức ăn chay và thức ăn mặn, nhưng ngài vẫn điềm nhiên ăn thịt cá. Thái Hậu thấy lạ mới hỏi: "Anh tu thiền mà ăn cá thịt thì thành Phật sao được?" Ngài cười đáp: "- Phật là Phật, anh là anh. Anh không cần làm Phật, Phật không cần làm anh.."

Có nhiều nghi vấn và giải thích về việc nầy. Một trong những lời giải thích cho là hành động ăn thịt cá của Thượng Sĩ nhằm mục đích phá quan niệm sai lầm rằng ăn chay để thành Phật của Hoàng Thái Hậu, ý muốn nói sự tu tâm mới là điều quan trọng. Ngài là bậc giác ngộ, tâm đã bình đẳng, đã thoát ra khỏi qui luật của thế giới hiện tượng tương đối, mọi sự việc xảy ra trong đời đối với ngài chỉ còn là câu truyện trong giấc mộng đêm qua, mọi hành động của ngài đều là tùy duyên phương tiện tháo đinh nhổ chốt cho chúng sinh còn kẹt mà thôi.

HỎI Tôi nghe nói bên Anh và Đan Mạch cũng như dân da đỏ Cherokee ở Hoa Kỳ ăn rất nhiều hạt như hạt Chia và dầu faxseed oil vì họ cho rằng nó có thể ngăn ngừa nhiều thứ bệnh, điều này có đúng không?

ĐÁP Vâng, trong faxseed oil và Chia có chứa nhiều hóa chất thực vật tốt cho sức khỏe, trong số đó có linolenic omega-3 essential fatty acids, lecithin, beta carotene và vitamin E. [16] Omega-3 acids là loại dầu thảo mộc có khả năng làm giảm lượng triglyceride trong máu tức giảm mức nguy cơ về bệnh tim mạch, beta carotene và vitamin E có chức năng trừ khử độc tố trong cơ thể con người, làm cho con người trẻ lâu (vitamin E có nhiều nhất trong đậu nành và beta carotene có nhiều nhất trong cà rốt và khoai lang). Nên dùng faxseed oil hoặc dầu olive để trộn sà lách, không nên chiên vì độ nóng sẽ làm mất nhiều dược tính.

HỎI Tôi có người bạn trẻ mới chuyển sang ăn chay được một thời gian. Nhưng rồi anh ta cứ cảm thấy mình trở nên tự hào, cho là mình đạo đức, cao thượng hơn người khác, nhìn ai ăn thịt cá thì có vẻ khinh cho là người tàn nhẫn. Do những tư tưởng ấy, anh ta luôn luôn bị dằn vặt và cuối cùng quay lại ăn thịt, và thấy tâm hồn thanh thản hẳn lại. Nếu đạo Phật là đạo để tu tâm, mà ăn chay tâm lại không an lạc bằng ăn thịt, thì có cần phải tiếp tục ăn chay không?

ĐÁP Cái luận điệu: "Phải làm giống người khác để khỏi có cảm giác tự cao, tự đại, khinh người khác", là một luận điệu ngụy biện, đạo đức giả, che dấu cái ngã vi tế để tiếp tục làm điều sai mà không cần sửa. Nói vậy thì trên đời này có biết bao nhiêu điều không nên làm, nhưng vì có người làm nên ta phải làm như họ để tránh được cảm giác khinh họ, để tâm được an ổn chăng?

Đức Phật là Đại Y Vương, Ngài có nhiều thuốc để trị mọi loại bệnh. Trường hợp anh bạn này là do nghiệp chướng sâu dầy, nay muốn chuyển nghiệp nhưng bị cái Ngã nó lôi lại, để rồi cứ tiếp tục trong vòng nghiệp lực luân hồi, không thoát ra được. Anh này cần sám hối hằng ngày câu này:

Xưa nay đã tạo bao ác nghiệp
Đều từ vô thủy tham sân si
Bởi thân miệng ý phát sinh ra
Hết thẩy tôi nay xin sám hối.

Bệnh thèm ăn ngon là do thói tham ăn từ vô thủy. Nếu nay anh ta đừng nhìn sang người khác để mà tự hào rằng mình ăn chay, mà chỉ nên nhìn vào chính mình, thấy riêng trong cái kiếp này mình đã vì thèm ăn ngon, làm chết biết bao sinh mạng, tự sám hối, như thế bệnh ngã chấp sẽ giảm, nghiệp sẽ chuyển dần, ăn chay sẽ d dàng hơn. Đồng thời, hằng ngày nên theo các pháp phương tiện mà tùy ý tu hành, không làm điều ác, làm nhiều điều lành, giữ tâm ý thanh tịnh. Thanh tịnh bằng cách nào, thì nên tìm đến chư vị Tu Sĩ xin chỉ dẫn, hoặc theo Thiền Tông, Niệm Phật, Mật Tông, Trì Chú, v..v.. dần dần nghiệp sẽ chuyển và sẽ thấy:

Tội từ tâm khởi đem tâm sám
Tâm được tịnh rồi tội liền tiêu
Tội tiêu tâm tịnh thẩy đều không
Ấy mới thật là chân sám hối.

Không phải đem nải chuối đến chùa rồi kỳ kèo với Phật mà sám hối được. Phật không ăn hối lộ. Bất kể ngồi đâu, nếu không còn bị nghiệp thân khẩu ý lôi cuốn là tâm đang tịnh, là đang sám hối tội cũ, ngăn ngừa tội mới.

HỎI Tôi thấy một số món ăn chay trong các tiệm ăn và đôi khi cả trong một vài chùa, có hình thức các con vật và tên gọi giống y như các món mặn, thí dụ như: "cá chiên, cá hấp, thịt quay bánh hỏi, tôm xào chua ngọt.. v..v..". Nếu tâm còn thèm ăn các món mặn thì ăn quách đồ thật còn hơn là giả dối như vậy. Đạo Phật nói trực tâm là đạo tràng cơ mà?

ĐÁP Đây là một câu hỏi có nội dung phức tạp, có thể chia ra làm bốn phần: (1) Món ăn chay giả thịt cá bán tại các chùa (2) Món ăn chay giả thịt cá bán tại các tiệm (3) Ăn chay vì lý do sức khỏe, và (4) Người ăn chay chỉ vì có lòng thương súc sinh, không liên quan đến tu tâm theo Phật giáo.

Món ăn giả thịt cá tại các chùa:

Đức Phật dạy rằng "Tất cả chúng sinh đều có Phật tánh", "Ta là Phật đã thành, chúng sinh là Phật sẽ thành", chữ chúng sinh ở đây là chỉ tất cả mọi loài động vật có cảm giác, chứ không chỉ riêng loài người.

Cửa chùa là nơi truyền bá đạo Phật, tu sĩ ở chùa là Trưởng tử Như Lai, đem chánh pháp dạy chư Phật tử. Một trong những lời dạy quan trọng, cốt tủy của Đức Phật là phải dùng tâm bình đẳng để đối xử với mọi loài, cả người lẫn vật. Vậy thì chúng ta không nên tạo thói quen xấu là thản nhiên nhìn hình ảnh con cá con tôm nằm cong queo giữa đĩa nước xốt, hoặc cầm muỗng, đũa xắn cắt con cua, con gà, dù chỉ là gà giả.

Ngoài ra chư vị nào đã thọ Bồ Tát Giới thì đừng quên là, khác với giới Thanh Văn, chỉ ràng buộc trong một kiếp người và chỉ phạm khi có hành động, giới Bồ Tát là Tâm Giới, chỉ khởi tâm phạm, chưa hành động, là phạm giới rồi. Vậy thì chư vị Cư Sĩ Bồ Tát Giới chỉ cần nghĩ là : "Ăn con tôm rang muối này ngon quá", dù là tôm giả, tâm của quý vị khởi niệm muốn ăn, là phạm giới rồi.

Món ăn giả thịt cá tại các nhà hàng.

Về các nhà hàng dùng tên giả để gọi các món ăn chay thì chúng ta nên cảm thông rằng họ làm thương mại, họ cần có những phương pháp lôi cuốn khách hàng, là những người đã quen ăn thịt cá nay chuyển sang ăn chay. Nếu món nào cũng chỉ dùng tên vật liệu để gọi thì chỉ còn là: nấm xào rau, đậu om, rau luộc, rau kho..v..v.., rất ít món, khó lôi cuốn khách hàng.

Dầu sao, thực khách khi ăn một món giả, cứ nghĩ đến một con thật đã thoát chết thì lòng từ bi cũng đang tăng trưởng rồi đó.

Ăn chay vì lý do sức khỏe:

Nhóm người này tránh ăn thịt động vật vì thấy rằng thịt động vật mang đến nhiều chất độc và bệnh tật. Đối với họ, lý do ăn chay hoàn toàn vị kỷ. Nếu một mai khoa học tìm ra rằng ăn vẩy rồng, gân cọp sẽ khỏe mạnh sống lâu, thì họ sẽ lại hỳ hục đi săn rồng, săn cọp. Tuy nhiên, dù mục tiêu ăn chay của họ vị kỷ, không vì loài vật, nhưng phó sản của nó lại vô tình cứu loài vật bớt chết (có nghĩa là bớt bị sản xuất ra để rồi phải sống tù tội và chết đau đớn), và cũng giúp cho dòng nghiệp lực sinh tử tử sinh của họ bớt nợ máu. Cho nên, đối với nhóm người này, món ăn giả nếu có làm cho họ cảm thấy hấp dẫn, thích ăn, bớt thèm thịt, thì vẫn có ích lợi cho cả phía người và vật.

Ăn chay vì lòng thương loài vật:

Nhóm này thuộc đủ mọi thành phần tôn giáo và không tôn giáo. Họ tránh ăn thịt chỉ vì lòng thương xót loài vật, không nỡ đóng góp thêm vào nỗi thống khổ của cuộc sống đầy đau thương, bị hành hạ, trà đạp, đánh đập, sống chen chúc, bị ép cho đẻ nhiều rồi chia rẽ mẹ con, trước khi chết còn bị sống những ngày kinh hoàng trên những chiếc xe chuyên chở khổng lồ, đói khát, dồn ép trong một trạng thái thần kinh rất là khủng khiếp, rồi bị lùa vào hành lang dẫn đến lò sát sinh, để nghe thấy những tiếng thét thất thanh trong giây phút dẫy chết.

Do được thấy tận mắt, hay coi phim, hoặc xem sách báo, tâm những người này đã chuyển, họ cảm thấy ăn thịt là kéo dài những nỗi thống khổ cho loài vật, cũng là những sinh vật có đầy đủ tình cảm, xúc động v..v.. như con người. Nhóm người này ăn chay dễ dàng và còn cổ động mọi người ăn chay để toả rộng lòng nhân từ ra khắp nơi. Điển hình nhóm này là những hội viên hội PETA(People For The Ethical Treatment of Animals). Đối với họ khi nhìn tôm thịt cá giả trên bàn, thì họ cũng cảm thông với những người đang từ từ chuyển hướng sang ăn chay, và mừng rằng một con tôm, con cá, con gà giả trên bàn ăn là đã cứu một con tôm, con cá, con gà thật khỏi chết. Cho nên, nhóm người này rất ủng hộ những tiệm ăn chay và hoan nghênh những con tôm cá giả, gà giả trên bàn ăn. Họ quan niệm rằng: "nếu như tật xấu ăn thịt cá đã bám r sâu xa trong óc con người, thì những món chay giả mặn đã cứu những con vật thật".

Sau đây là ý kiến của đạo hữu Minh Tịnh ở Portland, Oregon về tâm nguyện ăn chay trường của ông:

Ăn uống là một ham muốn trong năm thứ ham muốn [17] mà đạo Phật luôn luôn nhắc nhở các Phật tử, dù là hàng xuất gia hay tại gia, cần phải tu sửa hằng ngày để phá phiền não: tham sân si.

Chiều hướng từ bi tâm: ưa thích làm mọi điều lành cho mọi người, cho mọi loài và cho mình. Cảm thương được sự sợ hãi, đau khổ của mọi chúng sinh.

Vì có duyên lành hay thường gọi là có phước, mà việc ăn chay dễ dàng, không bị quá ràng buộc vào mùi vị, ngon dở.

Có lòng tin dũng mãnh: (1) vào Phật pháp: thuyết nhân quả, gieo nhân nào thì chắc chắn ra quả nấy, (2) vào y khoa học và kinh nghiệm của những người đã ăn chay trường: (A)

Các loài thịt đều độc hại (a) vì hiện nay kỹ nghệ chăn nuôi đã dùng các loại chất hóa học, làm cho phần nhiều các loại thịt bầy bán trên thị trường bị nhiễm độc, (b) các loại thịt còn bị nhiễm độc do các độc tố tự tiết ra khi con vật sợ hãi, đau đớn và căm hờn. (B) Các loại ngũ cốc và củ, các loại rau quả đều có đầy đủ các chất bổ dưỡng, có khả năng phòng ngừa các bệnh về tim mạch và ung thư cùng nhiều thứ bệnh khác. [18] Ngoài ra ăn trường chay lâu (trên 7 năm) sẽ có sự thay đổi lớn lao về tâm thần như giảm thiểu sự nóng nảy. Rượu và thịt có tác dụng làm gia tăng sự thèm muốn dục vọng.

Không lấy cớ này hay cớ nọ để tự bào chữa cho thói quen từ nhỏ ăn thịt của mình, mà phải có một ý chí thật vững vàng: từ bỏ là từ bỏ, không một chút nuối tiếc, như người cai rượu, cai thuốc lá cà phê.

Phải kiên nhẫn và sáng suốt mà nhận thức rằng, dòng đời là

một xâu chuỗi NHÂN và QUẢ. Mặc dầu tạo nhân ăn thực phẩm lành mạnh, không làm đau đớn các loài động vật khác, không có nhiều độc tố, sẽ mang lại kết quả là cơ thể khỏe mạnh, tinh thần vui vẻ, tuy nhiên, ảnh hưởng của những nhân chúng ta đã gây ra từ nhiều đời trước vẫn còn có thể tác động vào đời sống hiện nay, dù đã yếu đi do nhân tốt chúng ta đã tạo. Bởi vậy, chúng ta đừng nghĩ rằng ăn chay chắc chắn sẽ không bị bệnh tật nữa và sống lâu, để rồi nếu VÔ THƯỜNG đến từ nhiều nguyên nhân sâu xa khác, lại làm chúng ta mất niềm tin. Điều chắc chắn rõ ràng nhất là người nào ăn chay vì lòng từ bi cũng đều thấy tâm hồn trở nên an lạc, dễ dàng gần gũi thông cảm với loài vật và yêu mến thiên nhiên vô cùng.

Vì những lý do nêu trên mà tôi có tâm nguyện đời đời kiếp kiếp không dùng thịt các sinh động vật để làm thực phẩm nuôi sống thân mạng mình. Nguyện cho tất cả mọi người và mọi loài đều có tâm nguyện này.

HỎI Tôi ăn trường chay, muốn đi hành hương Việt Nam nhưng không biết có gì trở ngại không, ở Hà Nội có nhà hàng chay không?

ĐÁP Vào năm 2000, chúng tôi đã có cơ duyên đi từ Bắc vào Nam, nhận thấy vấn đề ăn chay không có gì trở ngại. Buổi sáng ở Hà Nội có bánh bao chay, hoặc khiêm tốn hơn nhưng lại được người viết thích, nhất là xôi Hà Nội. Ai đã từng ăn thử những hạt xôi dẻo căng, ngọt và bùi ở đây trong cái gió sớm mai đượm mùi thơm của nếp hẳn sẽ chẳng bao giờ quên được. Chỉ với 1000 đồng, tức gần 10 cents, người ta đã có thể có được nắm xôi thơm phức kèm theo muỗng vừng. Ngoài ra, bánh mì nóng buổi sáng ăn với chuối cũng ngon tuyệt. Đó là chưa kể món bún nóng hổi vừa mới ra lò rao bán trên phố

Cầu Gỗ mà anh bạn tôi thích ăn với tương nêm ớt như tôi thích ăn món xôi Hà Nội vậy.

Nghe nói trước năm 1980 Hà nội không có một tiệm ăn chay và dường như người dân miền Bắc không biết đến từ ngữ chay. Ngày nay có vài tiệm phục vụ ăn sáng, ăn trưa, và ăn chiều. Đáng kể nhất là nhà hàng chay Nàng Tấm ở 79 A đường Trần Hưng Đạo, được xem là tiệm chay ngon nhất thủ đô. Chúng tôi đến đây ăn tối một lần và ăn tại khách sạn một lần do nhà hàng đem đến. Thức ăn thường không phải là thực phẩm chay biến chế của Đài Loan hay Hồng Kông nên khẩu vị hơi khác với những thức ăn mà chúng tôi thường ăn ở nhà hàng chay Ten Ins và Happy Family ở Mỹ, nhưng lại khá ngon miệng.

Ở Bãi Cháy Vịnh Hạ Long, tuy không có tiệm ăn chay nhưng do yêu cầu của chúng tôi nên cô Chính, chủ nhân khách sạn Đoan Trang đã nấu cơm chay, như là những đầu bếp chay chuyên nghiệp, cho chúng tôi ăn trong hai ngày tham quan Vịnh Hạ Long. Mỗi bữa có sáu món, ít dầu, ít bột ngọt lại ngon.

Trước khi rời Hà Nội xuôi Nam, chúng tôi đến tham quan Chùa Đình Quán, tọa lạc tại xã Phú dinh, huyện Từ Liêm, được Sư Thầy Đàm Nguyện và quý sư cô thường trú tại chùa khoản đãi một bữa cơm chay thật ngon. Xin cảm ơn Thầy Đàm Nguyện và Sư Cô Hạnh Châu cùng quý ni cô thường trú tại chùa.

Ở Huế, được mệnh danh là xứ sở của cơm chay, nơi đây có hơn 400 ngôi chùa lớn nhỏ, gần 300 niệm Phật đường và đa phần dân số là Phật tử, vì thế mà cơm chay rất thịnh hành. Cách đây khoảng ba mươi năm, góc sân chùa Tịnh Bình thuộc phường Thuận Thành đã có quán chay nổi tiếng với các món bún khô, bún nước, bánh bột lọc. Muốn thưởng thức cơm chay theo đúng nghĩa, bạn phải đến quán Đồng Tâm ở một con hẻm của đường Lê Lợi. Tuy nhiên bữa ăn chay ngon nhất của chúng tôi ở Huế lại không phải ở nhà hàng chay mà tại nhà hàng mặn của khách sạn Hùng Vương nơi chúng tôi lưu ngụ. Một bữa cơm chay với các món chay do khách tự đặt ra, nhà hàng đi chợ rồi nấu theo sở thích của khách. Chỉ với một tô canh mít non nấu với nấm rơm, lá sân, lá lốt, thêm một chút tiêu, và chút ớt Huế cũng đủ nhớ mãi.

Nha Trang có ít nhất là ba tiệm ăn chay, tiệm Âu Lạc, Thanh Tâm Trai và Thiên ý. Trong số này có lẽ quán ăn chay Thiên Ý ở số 1B đường Nguyn Du, gần Chợ Đầm là ngon hơn cả. Có một tiệm khác ở đường Biệt Thự nhưng lại vừa bán chay vừa bán mặn, dường như phục vụ cho du khách ngoại quốc nên chúng tôi không ghé ăn thử.

Về đến Đà Lạt, các tiệm ăn mặn trong khu Hòa Bình cũng nấu chay nếu bạn yêu cầu nhưng họ biết khách là Việt kiều nên cho giá mắc, một bữa ăn chay thường cho sáu người phải chi trả đến 160.000 thay vì 90.000 như những chỗ khác. Chúng tôi biết có ít nhất là hai tiệm chay, một tiệm, tên là Giác Ngộ ở gần đầu đường Phan Đình Phùng và một tiệm khác, tên là Bông Sen ở gần cuối đường Phan Đình Phùng, đối diện với chùa Linh Sơn. Cả hai tiệm đều ăn được.

Ở Saigon, so với năm 1992, tiệm cơm chay mở ra khá nhiều, mỗi quận đều có năm ba tiệm nổi danh, với bảng hiệu chào hàng cả bằng tiếng Anh lẫn tiếng Pháp. Lắm khi ở mỗi đường phố cư xá hay đường hẻm lại mở đôi ba tiệm, tiệm nào cũng không lỗ vốn, không làm giầu nhanh nhưng có vẻ phát đạt.

Theo trí nhớ của người viết, nếu không lầm, thì tiệm cơm chay đầu tiên ở Saigon là tiệm Tín Nghĩa, đầu đường Trần Hưng Đạo, dường như do tín đồ Cao Đài điều khiển, trong tiệm này còn bán nhang thơm, trên vách viết những câu ca dao, câu kinh khuyên người tránh sát sinh, làm lành tránh dữ. Tiệm cao niên thứ nhì có lẽ là tiệm Thanh Lạc Trai ở gần góc đường Hiền Vương và Pasteur mà ngày nay vẫn còn và vẫn đông khách như xưa.

Phía Chợ Lớn, gây sự chú ý của thực khách đầu tiên có lẽ là quán ăn chay Phật Hữu Duyên, trên bảng hiệu chưng bầy ông Phật khoẻ mạnh tươi cười trong khung kính. Vùng Bàn Cờ có quán ăn chay Giác Đức ở 492 đường Nguyễn Đình Chiểu. Quận 4 có quán cơm chay chùa Đức Quang 330 đường Nguyễn Tất Thành. Quận 5 có quán chay Giác Ngộ số 124 Nguyễn Tri Phương. Quận 11 có Lạc Thanh Trai 243 Tạ Uyên và tiệm Thanh Nhàn 129 Lãnh Bình Thăng. Quận Tân Bình có quán Diệu Châu 1025 Hương Lộ 2. Quận Bình Thạnh có hai quán cơm chay Thiên Nhiên 1 và 2 ở đường Lê Quang Định và đường Bạch Đằng.

Trong chợ Saigon, chợ An Đông, và chợ Bình Tây vẫn có những sạp bán thức ăn chay, ở bến xe miền Tây, gánh bán cơm chay vẫn hiện diện cũng như bến phà Mỹ Thuận.

Người Hoa ở Saigon nấu chay cũng gần giống như người Việt, nhưng dùng nhiều dầu mè. Hầu hết các quán chay đều dùng bột ngọt tuy có nhiều tiệm quảng cáo là không bột ngọt theo yêu cầu. Chúng tôi ở khách sạn Lê Lê và Linh Linh trên đường Phạm Ngũ Lão mà xung quanh có rất nhiều quán ăn chay, chỉ riêng một con hẻm 175 mà có đến ba tiệm cơm chay nằm sát nhau, Zen Restaurant, Bodhi Tree và Như Liên. Cách đó không xa, là tiệm cơm chay Pháp Hoa số 200 đường Nguyn Trãi do các Phật tử của thầy Trí Quảng điều hành. Ngoài ra, cũng gần đó là Tiệm chay Định Ý ở số 171B Cống Quỳnh.

Về giá cả tương đối rẻ, một bữa ăn cho một người chỉ tốn khoảng 12.000 (gần một dollar). Nghe một anh tài xế xe taxi nói, ở khoảng giữa đường Cao Thắng, một đĩa cơm chay bình dân có 3.000, thêm 1.000 đồng nữa có canh.

Trong suốt cuộc hành hương bốn tuần từ Bắc vào Nam, chúng tôi chỉ có hai lần trở ngại không có cơm chay, một lần ở chùa Hương, mặc dầu có gần 100 tiệm cơm nhưng không có đến một tiệm chay nên chúng tôi nhịn đói luôn, lần khác tại thành phố Vinh, chúng tôi chỉ mua cơm trắng rồi ăn với muối mè đem theo. Ngoài ra, ngày lên núi Yên Tử, nếu không tháp tùng theo phái đoàn của thầy Thông Giác thì chúng tôi cũng nhịn ăn trưa luôn vì không có quán ăn chay, mặc dầu có rất nhiều hàng ăn dưới chân núi. Vì thế quý vị đi chùa Hương và núi Yên Tử nhớ đem theo cơm nắm muối vừng, món ăn di hành nổi tiếng của người miền Bắc.

HỎI Tôi có một cháu trai bốn tuổi. Từ lúc hiểu biết cháu không chịu ăn thịt cá, mỗi lần cho ăn thịt cá cháu cứ phun ra. Chồng tôi là một người trọng khoa học nên rất bực mình vì thấy cháu ăn uống không bổ dưỡng sợ sẽ ngu dốt và chậm lớn, cứ phàn nàn với tôi là tại mẹ tôi ăn trường chay không khuyến khích cháu ăn thịt cá và muốn gửi cháu cho người khác trông coi, không cho mẹ tôi làm baby sitter nữa. Mẹ tôi tuy gần 70 tuổi mà rất khỏe mạnh, hai bà cháu nô đùa với nhau cả ngày rất vui, nay nếu chia rẽ hai người chắc cả hai bà cháu buồn lắm. Chính tôi cũng bối rối không biết nếu cháu ăn chay trường có ngu dốt và chậm lớn vì thiếu dinh dưỡng như lời chồng tôi nói không. Vì anh ấy là con người có tinh thần khoa học nên tôi cũng hơi nghiêng về phía anh ấy.

ĐÁP Trước nhất hãy tìm hiểu "tinh thần khoa học là gì". Đó là một thái độ sống linh động, không thành kiến, luôn luôn tìm hiểu thêm về những bí ẩn chưa được khám phá của đời sống và saün sàng đón nhận để nghiên cứu thêm những phát minh mới mặc dầu là do kẻ mình không ưa tìm ra. Tinh thần khoa học là một thái độ sống không thành kiến (vì nếu có thành kiến thì đã chết cứng với thành kiến đó rồi, không còn cơ hội để tìm hiểu xem điều phát minh kia là đúng hay sai).

Theo định nghĩa này thì ba của cháu bé thiếu tinh thần khoa học mà chỉ ôm cứng lấy một số hiểu biết có saün từ thời cổ đại, con người chỉ biết có một thứ thực phẩm bổ dưỡng là thịt xác thú vật. Sau này do thói quen xấu lưu truyền, nhiều người vẫn tưởng rằng chỉ có ăn xác thú vật mới đủ chất bổ dưỡng. Trái lại, chính các loại thịt thú vật, nhất là thịt thú vật thời nay được nuôi bằng nhiều chất hóa học mới làm cho con người mang nhiều bệnh, chóng già và chóng chết. Nếu bà xem xong cuốn sách này thì bà cũng sẽ có khái niệm về một đời sống lành mạnh, khỏe vui dù chỉ ăn rau đậu mà vẫn đầy đủ chất bổ dưỡng. Vả lại, có một tấm gương sáng trong gia đình bà là cụ nhà gần 70 tuổi ăn trường chay mà còn làm baby sitter nô đùa với cháu được trong khi có biết bao nhiêu cụ mới ngoài 60 đã mang đủ loại bệnh như bệnh tim, ung thư, tiểu đường..v.v..

Còn về vấn đề sợ cháu ngu dốt vì ăn chay, xin bà cứ yên tâm, tôi xin đơn cử vài tên người ăn chay trong giới khoa học để bà nói với ông nhà, như nhà toán học Pythagore, bác học Albert Einstein, bác sĩ Albert Schweitzer,v..v. qúy vị ấy rất thông minh.

Thưa bà cháu đã có cái phước báu được huân tập từ vô lượng kiếp nên kiếp này vừa mới hiểu biết đã muốn từ chối không đi vào con đường nợ nần sinh mạng ăn nuốt lẫn nhau, tránh bước vào thói quen xấu ăn thịt chúng sinh. Xin bà nghĩ đến cái phước báu ấy của cháu mà đừng làm cho kiếp này của cháu lại trở thành bất hạnh, bị ép phải ăn những thứ độc hại, có thể làm cho cháu sớm nuôi mầm bệnh, chóng già và làm cho dòng nghiệp của cháu đang trên đường chuyển hoá tốt đẹp lại trở thành xấu đi.

Bà nên tìm cuốn "*Thực Phẩm Rau Đậu Qua Lăng Kính Khoa Học*" để ông nhà tham khảo vì tài liệu trong cuốn đó đều từ các nguồn khoa học đáng tin cậy.

HỎI Thưa Chú, ông nội cháu bảo: "nói ăn chay ăn mặn là sai, phải nói ăn chay ăn mạng mới đúng vì đồ ăn chay bỏ muối vào thì cũng mặn vậy".

ĐÁP Chú cũng có nghe vài bậc trưởng lão nói rằng: hồi xưa các cụ coi sự ăn rau đậu không giết súc sinh thì nó thanh tịnh nên gọi là ăn chay. Trước khi có lễ lớn các vị bô lão trong làng cũng phải ăn chay, không ăn thịt, uống rượu, cho cơ thể thanh tịnh. Còn ăn thịt cá thì gọi là ăn mạng vì phải chấm dứt mạng sống của súc sinh, nhưng sau này vì chữ ăn mạng nghe dễ sợ quá nên các cụ gọi trệch ra là ăn mặn cho nó nhẹ bớt.

Hàng ngàn năm, hàng vạn năm.
Bếp hồng thơm phức thịt hầm ai ơi!
Đau thương có thấu tới trời?
Hờn căm uất hận biết đời nào nguôi!
Tên bay, đạn bắn, bom rơi.

Bỗng nhiên ập xuống cuộc đời vì đâu?
Lắng nghe tiếng rú đêm thâu.
Lưỡi dao đồ tể lút đầu ngập chuôi!

HỎI Ở chợ bán đầy thịt cá, tôi không mua thì người khác cũng mua, đằng nào con vật cũng bị giết rồi, tôi đâu có bảo họ giết.

ĐÁP Đúng vậy. Bạn không bảo họ giết. ở chợ có saün bạn không mua thì người khác cũng mua. Ngặt vì bạn mua nên người khác muốn mua thì lại thiếu, cho nên người bán phải giết thêm. Đó là luật cung và cầu trong thương trường. Và người mua chính là lý do để người bán trở thành kẻ sát sanh.

HỎI Chị tôi nghe lời các thầy khuyên, nên đã ăn chay được vài tháng. Nhưng các cháu tôi phản đối quá, nói rằng: "Má cứ ăn thịt đi. Dù ăn thịt phải xuống địa ngục cũng đừng sợ. Để con xuống thay cho." Vậy tôi phải làm sao?

ĐÁP Trước nhất hãy nói về địa ngục. Đã ai trông thấy địa ngục rồi quay về kể lại chưa? Thế giới hiện tượng tương đối nầy được nhà Phật gói trọn trong một câu ở kinh Hoa Nghiêm: "Nhất thiết duy tâm tạo". Tất cả mọi sự đều chỉ do tâm tạo, không cố định. Tâm thì vô thường. Cho nên khi tâm chuyển thì thế giới chuyển, địa ngục cũng chuyển luôn. Đó là "nhất thiết duy tâm tạo". Thế giới hiện tượng được chi phối bởi luật nhân quả. Ai làm nấy chịu. Không ai vào địa ngục (nếu có) thay người khác được. Ngay ở thế gian, cha mẹ phạm tội, cha mẹ vào tù, ông Tòa cũng không cho con ở tù thay. Câu nói: "cứ làm đi, tội vạ đâu tôi chịu", là một câu nói cho bảnh thôi, ai cũng biết là không ai có thể chịu tội thay người khác được. Mẹ ăn nhiều chất độc (toxic), mai mốt ung thư phát ra, đau đớn la khóc thống thiết, con có hiếu đến đâu cũng đành trơ mắt nhìn, ung thư nó không vì thấy con có lòng hiếu thảo mà nhẩy qua để con chịu đau dùm đâu.

Không phải ăn chay sẽ lên Thiên đường, Niết Bàn hoặc ăn mặn thì xuống Địa ngục. Bởi vì trâu, bò, voi, ngựa cũng ăn chay mà đời vẫn cơ cực xiết bao! Tuy nhiên, ăn chay là giúp cho các sinh linh đáng thương thoát khỏi cuộc đời khốn khổ, sống tù tội, chết đau đớn, khỏi bị đầy đọa trong cái Địa ngục trần gian tạo nên bởi những người thích ăn thịt và những chủ trại chăn nuôi, chủ lò sát sinh tham tiền.

HỎI Trong những buổi lễ lớn của Đạo Phật, thường có màn âm nhạc rất ồn ào, huyên náo, mà người ta giải thích rằng đó là "chuông trống bát nhã" để cúng dường chư Phật và cung nghinh chư tôn đức giáo phẩm. Chữ "bát nhã" thì có vẻ đặc biệt Phật giáo quá rồi. Nhưng cái trống da to tướng kia thì rõ ràng phải được bọc bằng da trâu, da bò gì đó (vì còn thấy lỗ chân lông và cả lông nữa!). Đạo Phật cấm sát sinh. Tu sĩ không được dùng đồ làm bằng da loài vật hay tơ do con tằm nhả ra. Liệu Đức Phật có hoan hỷ khi được cúng dường bằng sự đánh đập tàn bạo lên da con vật đã chết đau đớn banh da xẻ thịt kia chăng? Hay là Ngài đang nhỏ lệ xót thương cho cả con vật lẫn người Phật tử hằng ngày đọc tụng kinh điển của Ngài mà không thọ trì?

ĐÁP Bát nhã là phiên âm từ chữ Sanscrit "Prajnà" có nghĩa là trí tuệ Bát nhã.

Người Trung Hoa xưa dùng tám loại nhạc cụ để hòa nhạc gọi là bát âm. Sau nầy, chúng ta vẫn còn nghe danh từ "phường bát âm" để chỉ ban nhạc dùng tám loại nhạc cụ cổ điển gồm: 1. tiếng dây đàn (Ty), 2. tiếng ống sáo tre (Trúc), 3. tiếng chuông đồng (Kim), 4. tiếng đá (Thạch), 5. tiếng sênh (Bào), 6. tiếng trống đất (Thổ), 7. tiếng trống da (Cách) và 8. tiếng mõ gỗ (Mộc). Người Trung Hoa xưa rất trọng nhạc. Có "lễ" là phải có "nhạc". Trong tất cả các buổi tế lễ, từ tế trời cho đến tế ông Thành hoàng làng, từ lễ Hội cho đến đồng bóng đa thần, tất cả đều có nhạc đi kèm. Nhạc còn được coi như là một trong năm kinh của nhà Nho (Kinh Thi, Kinh Thư, Kinh L, Kinh Nhạc, Kinh Xuân Thu).

Nhạc có vai trò quan trọng vì âm thanh có sức mạnh chi phối tâm lý con người. Có loại nhạc nghe êm đềm, truyền cảm, thấm sâu vào lòng người, tâm hồn chơi vơi trong dòng suối kỷ niệm của dĩ vãng. Có loại nhạc nghe buồn dã dượi như tiếng oan hồn than khóc vì nước mất nhà tan. Có loại nhạc ồn ào kích động, khiến người nghe cảm thấy hăng hái, muốn lăng xăng hòa theo sự lôi cuốn của điệu nhạc. Tiếng trống ồn ào hợp với loại nầy. Từ cổ, loài người đã biết dùng tiếng trống để thúc quân ra trận, làm hiệu lệnh hành quyết tử tội tại các buổi lễ. Người lính ra biên cương theo tiếng trống: [19]

Tùng tùng trống đánh ngũ liên
Bước chân xuống thuyền nước mắt như mưa.
(Cổ văn)
Người tử tội đầu rơi theo tiếng trống:
Ba hồi trống dục mồ cha kiếp!
Một nhát gươm đưa mả mẹ đời.
(Cao Bá Quát?)
Ngay cả đến những bộ lạc ăn lông ở lỗ cũng biết dùng trống để kích động tính hiếu chiến, bản năng sinh tồn của con người thô sơ.

Đạo Phật truyền đến địa phương nào thì dùng ngay phương

tiện saün có của địa phương đó để quảng bá giáo lý, tránh gây mâu thuẫn, hài hòa hội nhập trong tinh thần tùy duyên mà bất biến, hình thức thay đổi theo hoàn cảnh nhưng nội dung từ bi bình đẳng thì giữ vững. Cho nên ở Trung Hoa, hình thức tế lễ của đạo Phật nương theo đa thần giáo, ồn ào, nhiều mầu sắc. Ở Tây Tạng thì hình thức lại ảnh hưởng Lạt Ma giáo. Hiện nay ở Tây phương, thí dụ hệ thống thiền Tào Động do Sư Bà Kennett ở núi Shasta hướng dẫn thì lại hành lễ với nhạc cụ Tây phương, dòng nhạc nghe phảng phất như nhạc lễ nhà thờ Thiên Chúa giáo, nhưng nội dung thì vẫn bất biến, Sư bà dịch kinh Phật ra tiếng Anh để phổ nhạc, và tất cả hơn sáu chục tu sĩ tại tu viện đều giữ giới cấm sát sinh và ăn chay rất kỹ, lại còn làm nghĩa địa cho loài vật, có mộ chí và tượng ngài Quán Thế Âm hộ trì để nói lên tinh thần từ bi bình đẳng của nhà Phật.

Nhạc cụ chủ yếu của nhà Phật là chuông và mõ. Tiếng chuông cảnh tỉnh vẳng lên trong đêm khuya, buổi sáng sớm, lúc chiều về, đã là đề tài của biết bao bài thơ nổi tiếng. Âm thanh trong trẻo, ngân nga rót xuống, lắng sâu vào tận đáy lòng, dường như xóa tan được phiền não, tham sân si vướng mắc của kiếp người. Tuy nhiên, nếu tiếng chuông được đi kèm với tiếng trống, thì những tác dụng này hầu như biến mất. Tiếng mõ thì có tác dụng điều hòa đại chúng khi tụng kinh. Mõ tạc theo hình con cá mở to đôi mắt để nhắc nhở người Phật tử nên tỉnh thức, đừng mê mờ trôi theo dục vọng trong dòng đời.

Như thế thì rõ ràng cái gọi là "chuông trống bát nhã" đánh đập tàn bạo vào da trâu, da bò, khó có thể gán ghép một cách gượng ép vào với tinh thần trí tuệ bát nhã của nhà Phật. Trí tuệ bát nhã cần sự tĩnh lặng, quán chiếu thâm sâu vào nội tâm chứ không phải là sự ầm ỹ, ồn ào. Và cũng do đó, việc đánh trống bọc da trâu, da bò là đi ngược lại tinh thần từ bi bình đẳng và bất bạo động của Phật Giáo, và lẽ dĩ nhiên không phù hợp với chính sách ăn chay của nhà Phật.

HỎI Người ta nói: "Ăn mặn nói ngay còn hơn ăn chay nói dối." Ông nghĩ sao?

ĐÁP Thật ra đây chỉ là một câu nói mỉa mai của một số người ăn mặn đối với những người ăn chay mà lại hay nói dối. Xét ra thì câu so sánh nầy có hai vế không cân xứng. Ăn mặn và nói dối là hai vấn đề hoàn toàn không liên hệ với nhau. Nếu so sánh ăn mặn với ăn chay, nói dối với nói ngay thì câu trả lời đã minh bạch quá rồi. Cũng như nếu nói rằng: "Lường gạt để lấy tiền bố thí còn hơn ngay thẳng mà keo kiệt." thì rõ ràng là sẽ có hai vấn đề nhân quả báo ứng, không thể lấy chuyện nầy bù truyện kia được. Lường gạt sẽ bị quả báo xấu về tội lường gạt, bố thí sẽ được quả báo tốt về phước đức bố thí. Ngoài đời cũng vậy. Không thể nói với ông Tòa rằng đi lường gạt để tặng người khác thì khỏi bị tội.

Tốt hơn hết, đừng ăn mặn và đừng nói dối và nên ăn chay và nói ngay, như thế là đã giữ hai giới trong năm giới rồi đấy, sẽ thoát mắc nợ máu chúng sinh, sẽ thênh thang bước nhẹ trên con đường nhân quả, bà ạ.

Tuy nhiên, nếu một người ăn mặn nói ngay còn người kia ăn chay nói dối mà không thể làm được cả hai điều là ăn chay và không nói dối thì nên chọn đường lối nào? Có nhiều người cho rằng ăn chay dễ hơn là giữ giới không nói dối và ăn chay quan trọng hơn là nói dối vì giết hại chúng sinh là ác nhất, nó tác động mạnh mẽ đến nhiều đời nhiều kiếp qua quá trình nhân quả. Ăn chay còn có lợi là nuôi dưỡng và tăng trưởng lòng từ bi trong đời sống hiện tại và huân tập phước báu cho mai sau. Theo các nhà khoa học xã hội, thì đa phần những kẻ sát nhân đều có nguồn gốc là những đứa trẻ không có lòng nhân từ, thường thích hành hạ và chém giết súc vật. Còn nói dối, lẽ dĩ nhiên, cũng vẫn bị chi phối bởi luật nhân quả, nhưng cũng tùy câu nói dối mà sẽ gặp quả báo nặng nhẹ khác nhau.

VỀ TÁC GIẢ

Tâm Diệu là pháp danh và là bút hiệu khi viết về Phật giáo. Thế danh là Nguyễn Xuân Quang. Trong họ gọi là Nguyễn Văn Hòa, sinh năm 1943 tại làng Dung tỉnh Hưng Yên, di cư vào Nam năm 1954 và qua Hoa Kỳ tháng 4 năm 1975. Tốt nghiệp Cử Nhân kép Khoa Học Kế Toán và Cử nhân Khoa Học Điện Toán từ Viện Đại học University of Mississippi, Oxford, Hoa kỳ. Hiện định cư tại bang California.

Thọ Tam Quy Ngũ Giới năm 1967 với Hoà Thượng Thích Đôn Hậu tại Chùa Thiên Mụ Huế, thọ pháp với Hoà Thượng Thích Duy Lực năm 1990 tại Hoa Kỳ và thọ Bồ Tát Giới năm 2000 tại Đại Giới Đàn Tịnh Khiết, chùa Tường Vân, Huế.

Sáng lập chủ biên *Thư Viện Hoa Sen* và chủ nhiệm nhà xuất bản sách Phật giáo *Ananda Viet Foundation.*

Soạn giả các sách về Phật học và Dinh dưỡng học đã được xuất bản chính thức tại Việt Nam và Hoa Kỳ:
- Thực Phẩm Rau Đậu Qua Lăng Kính Khoa Học (1997)
- Quan điểm về ăn chay của Đạo Phật (1998, 1999, 2000)
- Đậu nành, nguồn dinh dưỡng tuyệt hảo. (1999)
- Dinh dưỡng ngăn ngừa bệnh tật. (2000, 2002)
- Cẩm Nang Cư Sĩ (2000)
- Phật Giáo Trong Đời Sống (2014)
- Phật Giáo Trong Đời Sống | Sách song ngữ Việt Anh dịch bởi Nguyên Giác (2024)
-Ăn Chay Qua Lăng Kính Phật Giáo (2025)
- Vượt Thoát – Hồi Ký (2025)

Ngoài các sách đã xuất bản, Cư sĩ còn trước tác và dịch thuật hơn 40 tiểu luận về Phật học và dinh dưỡng học đã được đăng ở các tạp chí và các websites Phật giáo trong và ngoài nước.

www.ingramcontent.com/pod-product-compliance
Lightning Source LLC
LaVergne TN
LVHW040437051026
849517LV00002B/640